Kufikirika

JAMHURI YA MUUNGANO WA TANZANIA

WIZARA YA ELIMU NA MAFUNZO YA UFUNDI

Cheti cha Ithibati

NA. 842

Jina la Chapisho: Kufikirika

Mwandishi: Shaaban Robert

Mchapishaji: Mkuki na Nyota Publishers Ltd.

ISBN: 9977 973 06 3

Kitabu hiki kiliidhinishwa na EMAC tarehe 25 *Mwezi* 6 *Mwaka* 2007 *kuwa kitabu cha* Kujisomea *kwa ajili ya Kidato cha* 3 & 4 *katika* ***Shule za Sekondari*** *nchini Tanzania kulingana na Muhtasari wa mwaka* 2005

R. A. Mpama

MWENYEKITI

EMAC

SEAL

Kufikirika

Shaaban Robert

Mkuki na Nyota
Dar-es-Salaam

KIMECHAPISHWA NA
Mkuki na Nyota Publishers Ltd
S.L.P. 4246
Dar es Salaam, Tanzania
www.mkukinanyota.com

ISBN (13 Digits) 978-9976-083-58-9
(10 Digits) 9976-973-06-3

Hii ni hadithi ya *Kufikirika* iliyoandikwa
na Shaaban Robert katika lugha ya Kiswahili na kuchapishwa
na Mkuki na Nyota Publishers, Dar es Salaam, Tanzania mwaka 1991.

Sanifu na Chapa Mpya,
2018.

Hii ni Chapa ya Saba kutoka Mkuki na Nyota Publishers.

YALIYOMO

UTANGULIZI

KUFIKIRIKA ni nchi moja kubwa katika nchi za dunia. Kasikazini imepakana na Nchi ya Anasa. Kusini Nchi ya Majaribu, Mashariki Bahari ya Kufaulu na Mgharibi Safu ya Milima ya Jitihada. Ramani ya nchi hiyo ni adimu kupatikana kwa sababu nchi yenyewe haiandikiki ila hufikirika kwa mawazo tu. Njia ya kwenda nchi hiyo hukanyagwa kwa fikra sio nyayo. Wafikirika ni wengi nao ni wazazi mno. Nyumba kuwa ina watoto wanane hata kumi na sita si jambo la ajabu. Jumla ya Wafikirika karibu sawa na nusu moja ya watu wa makabila yote mengine yaliyomo duniani. Ina ufalme ulio mkubwa kuliko falme zote za mataifa mengine. Raha ipatikanayo katika nchi ya Kufikirika husemwa kuwa ni kama ile ya Pepo, isipokuwa, katika Kufikirika kuna maradhi na mauti lakini katika Pepo uko uzima na maisha ya milele. Nchi hiyo ilitawaliwa na nasaba kubwa sana ya wafalme ambao waliungana kwa vizazi kama viungo vya mkufu, lakini mfalme wake wa mwisho alichelewa sana kupata mtoto wa kumrithi. Kitabu hiki kinasimulia habari ya mfalme huyo.

Shaaban Robert.
Tanga, 1946.

MFALME

SIKU moja jioni, Mfalme wa Kufikirika alikuwa nje katika bustani. Maua yaliyokuwa yamechanua yalivuta macho na harufu zake nzuri zilipendeza pua. Sauti ya ndege waliokuwa wakiimba matawini kwa kuagana na mchana ilikuwa ina simanzi kidogo masikioni. Magharibi jua lilitua. Mashariki mwezi ulitokeza na hewa ilikuwa baridi. Mfalme wa Kufikirika alikuwa na mazoea ya kuona mabadiliko kama yale siku zote, lakini siku ile hali ya mambo ilifungua mlango wa fikira ngeni katika ubongo wake. Alitazama huku na huko, akawaza kuwa kama mahali pa jua hushikwa na mwezi au nyota juu ya mbingu, na mahali pa joto huja baridi, lakini nani atashika mahali pake akifariki! Alirudi kwake na wingi wa mawazo, lakini alikuwa na hadhari kubwa ya kuficha siri kwa Malkia juu ya mambo ambayo alifikiri kuwa ni mazito. Alijua kuwa wanawake pengine huweza kufanya msaada mwema. Katika nchi yake wanawake wengi hukumbukwa kwa matendo yao bora waliyotenda. Alikuwa tayari kupokea msaada uliotolewa kwa hiari na mwanamke, lakini kulazimisha kutendewa msaada hakupenda. Aliona kazi na faraju zitendwazo na wanawake katika maisha zilitosha kuwa mzigo mzito juu yao. Kuongeza kitu chochote juu ya uzito wao, kwake lilikuwa ni jambo la kuambaa nyayo elfu moja. Asubuhi alipokuwa yeye na Waziri wake kauli ya huzuni ilimtoka.

"Nimejaliwa kupata ufalme mkubwa kuliko wafalme wengine walio majirani zangu. Binafsi yangu nimepigana vita vingi kulinda nchi isitekwe na adui. Ushindi wa kila vita umenipa utukufu wa namna ya peke yake. Milki yangu pana imeenea kaskazini, kusini, mashariki na magharibi. Nimesafiri kuzuru nchi yote iliyo chini ya bendera yangu. Safari nilizofanya zilinifikisha mbali sana kwa muda wa miaka mingi, lakini kwa jicho sikupata kuona mwisho wa nchi ninayotawala wala kwa mguu sikupata kukanyaga mipaka yake yote minne; achilia mbali kusema habari za mipaka ya kila wilaya au jimbo ambayo naisikia tu kwa masikio. Habari hizo husimuliwa na Wajumbe wangu au huja kwa nyaraka zitokazo kwao.

"Nina mali katika hazina inayoweza kununua kitu chochote kinachopatikana kwa thamani kubwa katika masoko ya dunia bila ya kuonesha upungufu. Hazina hizo zimejaa tele: fedha, dhahabu, almasi, yakuti, zumaridi, feruzi, johari, na kila namna nyingine ya vito vya thamani bora. Mashimo ya chuma, pua, shaba, bati, madini nyingine na makaa. Ghala za nafaka, meno ya tembo, pembe za faru, ambari, sandarusi, pamba, hariri, manyoya, sufi, katani, ngozi, nta, ng'amba, zari, ubani, mashanga, vioo, majora ya nguo kila namna, chumvi, sukari, mafuta, vileo na bidhaa nyingi nyingine mbalimbali. Ng'ombe, farasi, nyumbu, punda, kondoo, mbuzi na wanyama wengine ambao mazizi yao hayahesabiki katika nchi. Misitu ya mbao, miti ya matunda na maua izaayo katika kila miezi mitatu katika mwaka mmoja mazao mbalimbali. Misitu hiyo ni makao ya wanyama na ndege wa aina zote ambao huwavuta wawindaji na wasafiri wengi wa nchi za mbali kuzuru nchi yetu. Mastadi katika Kufikirika husema kuwa hata dawa za kutibu maradhi huweza kupatikana kwa wingi katika misitu hiyo. Bahari ya kusafiri vyombo mapana na marefu; maziwa na mito yenye wingi wa samaki. Ardhi ya rutuba na mashamba yamestawi kila upande.

"Malkia wangu ni bibi mmoja wa mabibi walio bora na wazuri kabisa katika dunia. Umri wangu na wake karibu ni sawasawa, isipokuwa, mimi nilitangulia kuzaliwa kwa muda wa saa kama kumi na mbili tu. Mimi nilizaliwa saa moja mchana na yeye saa ileile na siku ileile lakini usiku. Siku moja ina saa ishirini na nne. Kwa hivi ni sawasawa kusema kuwa sisi sote wawili tulizaliwa siku moja na tarehe moja. Maisha yetu ya ndoa yalianza wakati tulipokuwa na umri wa chanjari wa miaka thelathini na moja. Wakati huo tulikuwa si wachanga wala si wapevu mno.

“Nina majeshi ya askari walio shujaa, waongozi hodari na raia wema na watii ambao hawalingani na taifa lolote jingine katika maisha yake yote. Jina lake litachorwa kwa majohari, wa watu hawa na pia nashukuru kuwa bwana juu ya vitu vya faraja visivyokwisha, lakini nina sikitiko kubwa kwa kukosa mtoto. Maskini mwenye mtoto namwona kuwa ni bora kuliko mimi na pengine moyo wangu huona wivu juu yake. Aibu gani hii! Mungu anisamehe! Isidhaniwe kuwa nataka raia wangu wasizae watoto. Hivyo sivyo, hata kidogo. Nataka wazae watoto wengi kwa sababu watoto hao ndiyo nguvu ya ufalme wangu na Kufikirika. Lakini nimetaja wivu kama neno la kupita tu ili niweze kusema vyema nionavyo hasa. Nikichukua mtoto kwa mtu kumlea katika nyumba yangu, mimi na Malkia tutakuwa walezi tu, siyo wazazi halisi wa mtoto huyo. Kulea mtoto wa mtu mwingine ni tendo moja katika matendo ya ukarimu kabisa, lakini haliwezi kumpa haki mlezi kudai kuwa mtoto anaelea kuwa ni wake mwenyewe, wala mtoto alelewaye hawezi kudai kuwa mlezi ni mzazi wake kwa sheria za nchi ya Kufikirika. Fedha iliweza kununua mtu katika soko, lakini mtu aliyenunuliwa hivyo alikuwa ni mtumwa si mwungwana wala si mtoto kwa mnunuzi wake. Mimi nataka mtoto sitaki mtumwa.

“Ustawi uliofanyika katika nchi hii tangu mwanzo wa ufalme wangu umeniletea heshima, lakini ugumba umemeza heshima yangu na utasa umetia vumbi fahari ya Malkia. Sina mtoto wa kurithi kiti changu cha ufalme, kutoa mashauri ya hekima barazani kama mababu zake, kuongoza watu katika vita, kuvuta tumbaku katika kiko changu na kunywa kwa bilauri imfanyayo mnywaji wake kuwa msemaji mwema mbele ya hadhara ambayo mimi nimeirithi kwa wazee wangu. Nimefanya kazi nyingi njema za kusaidia maendeleo ya nchi ya Kufikirika, lakini hata hivi naona sijafanya kazi bora kwa sababu sijapata mtoto bado. Kazi ya kutafuta mtoto sasa iko mbele yangu na siku zangu za kuishi zimebaki haba sana.

“Waziri, tangaza habari kwa raia wote katika nchi ya Kufikirika kuwa kila mtu ajuae dawa ya uzazi lazima aje ili ajaribu kutibu ugumba wangu na utasa wa Malkia. Kila mtu atalipwa ijara ya kazi yake. Mtu ambaye atafaulu kunitibu mimi pamoja na Malkia atapata ijara mara mbili au zaidi kuliko wengine wote tena atapewa posho maisha yake yote na Serikali ya Kufikirika. Nataka habari hii ienee katika nchi yote upesi sana kama iwezekanavyo. Mkuu wa Hazina lazima apate taarifa maalumu ili awe tayari kufanya malipo kwa watu."

Mbiu maalumu ilitangaza habari kwa watu kuwa waganga wote walitakiwa na Serikali ya Kufikirika. Upesi kama iwezekanavyo watu hao lazima wafike kwa Mfalme Mtukufu wa Kufikirika. Mtu ye yote mweledi wa dawa, utabiri au ramli akikosa kutii wito wa Mfalme Mtukufu bila ya udhuru mwema lazima atahukumiwa uhalifu wa kutotii amri ya Serikali wakati wa jambo kubwa la taifa na la haraka lililotaka msaada wa kila mganga. Mtu asiyehudhuria, lakini akiweza kujitetea katika mashtaka kwa sababu za kutosha kama vile ugonjwa na mambo mengine ambayo hayaepeki, Serikali itamsamehe; lakini akishindwa kufanya hivyo na ikiwa itathibitika kuwa ni mhalifu hasira ya Mfalme Mtukufu wa Kufikirika itakuwa juu yake pasipo huruma. Waganga wote walitakiwa wakutane kwa Mfalme Mtukufu baada ya siku thelathini za tangazo.

Baada ya mwezi mmoja wa mbiu ya Serikali, umati mkubwa wa waganga na watabiri ulihudhuria katika baraza ya Mfalme. Kufikirika ni nchi ya waganga wengi tena wa kila namna ya kazi ya utibabu, wanaume kwa wanawake; hata ilikuwa ikidhaniwa na mataifa mengine kuwa Kufikirika ilikuwa ikishinda katika vita mara kwa mara kwa sababu ya uganga, siyo kwa sababu ya ushujaa wake. Watu hawa wote walikuja kutoka mbali kutii wito wa Mfalme wao, pakawa na hadhara kubwa. Hadhara hii ilikuwa ni kubwa kuliko zote nyingine zilizofanyika zamani katika nchi. Katika hotuba yake ya makaribisho Mfalme alisema:

"Nimependezwa sana kusimama mbele ya hadhara kubwa ya waganga wa nchi ya Kufikirika iliyokutana kuitika wito wangu. Mara nyingi tangu wakati wa mababu zangu wito wa Mfalme katika Kufikirika umetiiwa na raia. Mara kwa mara, wafalme na raia hapa wamekutana pamoja kushauriana juu ya mambo ya nchi; na bega kwa bega wamesaidiana kuchukua uzito wa madaraka mengi ya nchi hata kushirikiana katika vita kupigana na adui ambaye alitishia amani ya Kufikirika. Kila adui kwa zamu alishindwa na kutiishwa na kila daraka lilitimizwa kwa ustadi, ustahili na kwa wakati wake. Lakini leo nimewaita mbele yangu kwa shauri mbali na yamkini jingine kabisa. Jambo nililo nalo labda watangulizi wangu na wafalme wengine kama mimi bado hawajalifanyia baraza kama hivi nifanyavyo mimi leo. Shauri mliloitiwa hapa ni juu ya shida yangu ya uzazi.

"Tangu arusi yetu, mimi na Malkia wa Kufikirika, miaka kumi iliyopita, tumetamani sana mtoto wa kuwa mrithi baada ya sisi kwenda makaburini kama ilivyo desturi ya wanadamu wote. Sisi tumezaliwa. Hatukushuka toka mawinguni kama matone ya mvua. Twatamani tuzae vilevile kama tulivyozaliwa. Siku za ujana wetu zinapungua upesi sana, karibu tutaingia katika uzee na kupotea katika giza la mauti bila ya matumaini ya kupata mtoto wa kuwa nguzo ya nyumba ya ufalme wa Kufikirika. Mimi na Malkia tumefadhaishwa mno na ugumba na utasa katika nyumba yetu wala hatujui tufanye jambo gani ambalo litaweze kutufanya kuwa wazazi wa mtoto ambaye atarithi ufalme wa Kufikirika. Wazee wa Kufikirika wameacha nyuma yao methali isemayo kuwa nyumba ya mgumba haina matanga. Mwaweza kufikiri wenyewe kweli iliyomo katika maneno hayo.

"Labda mtaona kuwa jambo hili lahusu faragha ya Mfalme na Malkia kutafuta njia ya kulipata. Mimi na Malkia tumefanya tuwezavyo kulipata pasipo kuwasumbua bure raia wetu, lakini nasikitika sana kutangaza mbele yenu kuwa hatukufaulu. Wafikirika wana methali nyingine isemayo kuwa mwenye haya hazai. Mimi sina haya hiyo leo. Kwa hivi nimewaita mtusaidie kwa njia yoyote ambayo yafaa. Hazina zangu zi wazi. Tayari kufanya malipo hata senti ya mwisho katika sarafu zangu iishe. Kila mtu afanyaye msaada katika jambo hili atapata ijara ya kazi yake; na mtu ambaye atafaulu atapata ijara mara mbili au zaidi kuliko wengine wote katika hazina za Kufikirika; zawadi na posho maridhawa katika maisha yake yote. Jina lake litachorwa kwa majohari, kila herufi kwa johari mbalimbali zilizo bora katika kumbukumbu za nchi ya Kufikirika kama yalivyofanywa majina ya watu wengine wakubwa, mashuhuri na mashujaa kabisa.

"Nashukuru sana kuwa waganga wote wamehudhuria katika hadhara hii tena nina matumaini kuwa elimu zenu za utibabu mlizopata katika vyuo vikuu zitatumiwa kukomesha ugumba na utasa katika nyumba yangu na katika kila nyumba nyingine iliyo na shida ya uzazi. Kwa kuwa sasa mmesikia shauri lote mliloitiwa hapa natazamia kuwa mtanipa msaada wenu wote. Ningependa sana kama msaada huo ungewezekana kufanywa upesi kwa sababu kila siku ipitayo husogeza mauti mbele yetu. Baada ya mauti mtu hawezi kutenda jambo lolote."

Kwanza waganga wote walitaka kujibu kwa umoja kuwa wamesikia waliloitiwa na kuwa watafanya wawezavyo kumsaidia Mfalme wao. Tena kila mganga alitaka kusema hivyo kwa kinywa chake mwenyewe. Mganga mmoja mwenye cheo kuliko wote wengine aliwaambia wenziwe kuwa hapana hata moja katika mambo mawili yale lililowezekana. Waganga wote wakisema kwa umoja maneno yale ngurumo ya sauti zao lazima itatia uziwi katika masikio ya Mfalme kwa sababu sauti za Wafikirika ni kali kama ile ya radi. Waliitwa kumsaidia Mfalme siyo kumtia uziwi. Pia kama kila mtu itapasa aseme kwa kinywa chake mwenyewe maneno yao hayo Mfalme atachoka kwa sababu itachukua mwaka mzima kumsikiliza kila mtu. Mwaka ni muda mrefu sana. Hutosha kwa mimba kupevuka na mtoto kuzaliwa. Wakati kama huo haufai kuharibika bure kwa kusikiliza maneno namna moja kutoka katika kila kinywa cha mganga. Ilitakiwa baada ya mwaka mmoja Mfalme na Malkia wapate mtoto.

Kwa hivi, mkuu wa waganga alisimama kusema kuwa waganga wa Kufikirika wote wanamshukuru Mfalme Mtukufu wa nchi yao kwa kuwakaribisha katika hadhara kubwa kama ile; kuwa wao waliona fahari kubwa Mfalme wao Mtukufu kutaka msaada wao na kuwa waliahidi kutenda yote wawezayo kwa elimu za uganga hata Mfalme Mtukufu apate mtoto.

WAGANGA

WAGANGA katika nchi ya Kufikirika wakati nchi yao ilipokuwa ikishika mipini ya uongozi na ustawi katika mataifa ya dunia nzima walikuwa hawalingani na kitu chochote kingine kwa ubora na ustadi. Waganga wenyewe waligawanyika katika makundi sita. Kila kundi lilikuwa na watu waliotosha kuwa jeshi. Muda wa mwaka mmoja ulipewa kila kundi kujaribu kufanya kazi zake. Palifanywa kura ya kuchagua kundi la kuanza kazi kwa sababu bila ya hivyo kila kundi lilikuwa na haki sawa ya kumtumikia Mfalme kwanza. Baada ya kura makundi ya waganga yalijipanga kama hivi:

Waganga wa mizizi.
Waganga wa makafara.
Waganga wa mazinguo.
Waganga wa hirizi.
Waganga wa mashetani
Waganga wa utabiri.

Kundi la waganga wa mizizi lilikuwa ni kundi la watu ambao waliidilika sana katika utibabu wa maradhi mbalimbali kwa dawa za mitishamba. Dawa hizi zilitoka katika mizizi, magome na majani ya miti. Waganga wa kundi hili walikuwa wana sifa kubwa kwa kazi hizi, na kuwa dawa zao zilikuwa ni mujarabu sana. Bila ya kitabu waliweza kunusa kama mbwa miti iliyotakiwa kwa kutibu ugonjwa fulani hata katika usiku wa manane maporini. Hawa walitangulia kumtibu Mfalme na Malkia wa Kufikirika kwa mizizi, magome na majani yote ya miti ya misituni. Mizizi ilichemshwa kwa wakati fulani. Kila namna ya mzizi kwa muda wake maalumu wa kuchemsha. Maji yaliyochemshwa pamoja na mzizi au miti yalikuwa ni dawa za kunywa. Magome yaliyowekwa katika maji. Mchanganyo wa utomvu na maji ulikuwa ni dawa za kunywa vilevile. Miti mingine ilisagwa kwa mawe hata ikawa unga. Unga huo ulikuwa ni dawa za kupaka na pengine kumeza pamoja na maji. Majani yalipondwa katika vinu na kuchujwa na maji vilevile. Hizi zilikuwa kama dawa za kunywa na kuoga.

Kwa ladha, miti mingi ilikuwa michungu, kakasi, ngwadu, na iliyowasha. Miti mingine ilikuwa mitamu na baridi, lakini jumla yake ilikuwa si kubwa. Pia ilikuwapo miti iliyolevya ajabu. Rangi za dawa zilikuwa tofauti sana. Palikuwa na dawa nyeupe, nyekundu, kijani, manjano na nyeusi. Dawa hizi nyeusi zilitoka katika makaa ya miti iliyochomwa zikatumiwa kwa kupakaa baada ya kuchanja chale watu. Wafikirika walitukuza sana dawa za miti kwa sababu wanyama ambao hawana chakula kingine ila mimea wana afya njema siku zote na ni wazazi sana. Basi, miti katika misitu ilikauka kwa kuchimbwa mizizi chini, kuambuliwa magome mashinani na kupuliwa majani katika matawi ikaanguka chini. Misitu mikubwa iliyokuwa na kivuli kizuri iligeuka mbuga na majangwa, lakini Mfalme na Malkia hawakupona ugumba wala utasa wao.

Kundi la waganga wa makafara ni kundi la watu ambao walijipambanua kwa kuponya aina kadha wa kadha za maradhi kwa makafara ya vitu vidogovidogo kama vile mayai, njiwa au kuku. Watu hawa walikuwa maarufu na ustadi wao ulikuwa midomoni mwa kila mtu wa Kufikirika kuwa ujarabu wa dawa zao uliweza kuponya mgonjwa papo kwa papo. Hili lilikuwa ni kundi la pili sasa kumtibu Mfalme na Malkia. Wafikirika walisadiki sana kuwa makafara ya waganga hao yaliweza kufukuza baa au maradhi mbali ya nchi yao kama vile ndege walivyoweza kuruka kwenda mbali. Walitumia mayai yote. Ndege wa mfugo na wa hewa ya Kufikirika walikwisha wote bila ya kufaulu. Nchi ilipooza kwa ukosefu wa sauti nzuri za ndege ambazo watu walizoea kuzisikia zamani.

Kundi la waganga wa mazinguo lilikuwa ni kundi la tatu. Kundi hili lilikuwa na watu waliojiteua sana kwa kutibu maradhi mbalimbali kwa kutumia bisi na mikate ya nafaka, kama vile ngano, mtama, mahindi na kadhalika. Sifa ya watu hawa ilikuwa kuu ikavuma kama ngoma katika nchi. Dawa zao ziliaminiwa na Wafikirika kuwa ziliweza kuyashawishi maradhi kula chakula badala ya damu katika miili ya watu. Wafikirika walikuwa si watu wenye choyo kwa chakula. Walikuwa tayari kabisa kula bia chakula chao hata na wadudu ila walichukia kama watu wa nchi nyingine wadudu kula damu yao. Watu hawa walitumia nafaka kama ilivyohusu kazi zao hata ghala zote za vyakula zilizokuwa katika nchi ya Kufikirika zikawa tupu kama zilizofagiwa kwa ufagio. Mfalme na Malkia hawakupona hata kidogo. Njaa kubwa ilienea katika nchi baada ya kazi za waganga hawa.

Kundi la waganga wa hirizi lilikuwa ni kundi la nne. Kundi hili lilikuwa ni la watu wenye utaalamu sana katika elimu ya makombe yaliyoandikwa kwa wino wa zaafarani na kufanya hirizi. Dawa ya kombe imepata jina lake kwa sababu huandikwa katika sahani. Humo huandikwa majina ya majini makubwa kama vile Ghilani, Kinani, Kitimiri, Makusuri, Ruhani, Shamhariri na mengine ambayo hayatamkiki kwa tamko moja. Maandiko kabla ya kukauka hutiwa marashi au maji ili mgonjwa akanywa. Hirizi ziliandikwa juu ya karatasi au ngozi kufuata utaratibu wa majina ya majini vilevile. Waandishi wa makombe na hirizi walikuwa wengi kama kundi la makarani katika afisi moja kubwa sana. Uzito na vyeo vya hirizi vilikuwa mbalimbali. Palikuwa na hirizi ndogo za uzito wa wakia moja na kubwa za uzito wa wakia mbili hata ratili moja. Wagonjwa walipewa kuvaa hirizi hizi: na ilisemwa kuwa zilipovaliwa na mgonjwa, nafuu ilifuata mara moja. Kuvaa kwake ilikuwa ni kuning'iniza shingoni, mabegani, kufunga mikononi kama saa, na miguuni, kuzingirisha viunoni kama kumbuu au makondavi. Waganga wa kazi hizi walikuwa na sifa kama ile ya wanachuoni katika nchi ya Kufikirika. Walifanya kazi zao. Siku moja maelfu ya hirizi yaliandikwa. Zilivaliwa na kuvuliwa kila siku. Wino, karatasi na ngozi zote zilizopatikana katika Kufikirika zilitumiwa bila ya kufaulu. Mfalme na Malkia walilemewa na uzito wa hirizi juu ya miili yao wakashukuru siku walipoamriwa kuzivua na kutupwa zote katika moto. Siku hiyo kuni, mkaa na mafuta yote yalikwisha kwa kuchoma hirizi hizo. Moshi mwingi uliruka juu ukatanda katika hewa kama wingu kubwa la mvua.

Kundi la waganga wa mashetani lilikuwa ni kundi la tano kufanya kazi sasa. Kundi hili lilikuwa na watu waliokuwa wenye sifa kubwa sana kwa kuelewa lugha mbalimbali za mashetani. Utibabu wao ulihitaji damu za wanyama, vilemba na pete. Walitumia wanyama wa mfugo na wa misitu. Mazizi ya nchi ya Kufikirika yalisapwa yote. Wanyama mwitu ambao sasa walikuwa wakikaa katika mbuga na majangwa kwa ukosefu wa misitu ya kujificha kwa urahisi waliwindwa na kuangamizwa kwa kusudi la kutibu ugumba wa Mfalme na utasa wa Malkia wa Kufikirika. Damu ya wanyama hao wakati wa kuchinjwa ilishuka katika mito ikatiririka pamoja na maji hata katika bahari ya Kufaulu. Wekundu wa damu husemwa kuwa uliweza kuonekana katika bahari na mabaharia wa nchi nyingine waliokuwa wakisafiri baharini wakati ule. Vilemba vilivyotumiwa na waganga vilimaliza majora ya vitambaa katika ghala za Kufikirika. Majohari kadha wa kadha yalitumiwa vilevile kwa pete za mashetani. Waganga hawa walishindwa kama wale waliotangulia wakajitenga kando.

Kundi la mwisho lilikuwa ni la waganga wa utabiri. Katika kundi hili walikuwamo watabiri, wanajimu na mastadi wa ramli za kila aina. Hawa walikuwa ni watu walioelimika sana katika kazi zao. Waliweza kubashiri mambo ambayo yatatokea baada ya karne nyingi mbele yao kama manabii au kama waliyoyaona kwa macho. Pia waliweza kukumbuka mambo kadha wa kadha yaliyopita karne nyingi zilizopita. Husemwa kuwa hili ni kundi lililoheshimiwa mno katika nchi yote ya Kufikirika.

Mkuu wa kundi hili alisema kuwa alisikitika sana kuwa kura haikuangukia kundi lake kwanza kama alivyotazamia. Hii ilikuwa ni bahati mbaya sana ambayo hakupata kuona katika maisha yake yote. Kama wangalipata kura ya kumtumikia Mfalme wao mwanzo kama walivyotamani alikuwa ana hakika kuwa mali za nchi ya Kufikirika zingeokoka au maangamizi yake yangalikuwa ya wastani au kidogo sana. Badala ya muda wa miaka sita kazi yao ingalileta matokeo mema baada ya mwaka mmoja au chini yake. Lakini jambo likipita huwa haidhuru. Hapana mtu aliyedhani kuwa hasara kama zile ziliweza kuwa.

Halafu alitabiri kuwa Mfalme na Malkia watapata mtoto kwa sababu umri wao wote wawili ulikuwa chini ya miaka hamsini. Alitaja ili kuthibitisha maneno yake kuwa wanaume wa miaka mia moja na wanawake wa miaka themanini katika misahafu waliweza kuzaa. Hapana shaka Mfalme na Malkia wao watazaa vilevile. Tukio hilo litatokea baada ya miezi tisa au kumi baada ya utabiri wake. Mtoto ambaye atazaliwa atakuwa mwanaume. Siku ya uzazi wake itakuwa ni Jumatano ya mwisho wa mwandamo wa mwezi. Jumatano huzaliwa watoto ambao katika utu uzima wao huwa wanachuoni bora sana. Kwa hivi mtoto huyo atakuwa mtaalamu mkubwa katika mambo yote ya elimu. Atakuwa mtatifu sana wala hapatakuwa na matafiti magumu mbele yake. Zaidi ya hayo uzazi wake utatokea wakati wa kutawala Mirihi katika mbingu. Basi ni dhahiri kabisa kuwa kwa nyota hii mtoto mwenyewe atakuwa ni mtu shujaa sana katika maisha yake. Lakini akipata umri wa miaka kumi mtoto huyo atanuksika kwa maradhi. Italazimu kufanya kafara la damu za watu wawili au mtoto atakufa kabla ya wakati hasa wa mauti yake. Watu hao wa kafara lazima wawe mwerevu na mjinga. Kafara hili likifanywa mtoto ataishi bila ya hatari yoyote nyingine hata kurithi ufalme mkubwa wa nchi ya Kufikirika.

Kafara la damu ya mwanadamu ni jambo moja katika mambo ya kumsikitisha sana kila mtu lakini kifo cha mtoto wa nyumba kubwa kama ya ufalme lazima kuzuiwa kwa thamani yoyote iwezekanayo bila ya kusita na usiri. Mfalme Mtukufu atatakiwa aweke nadhiri kuwa atafanya kafara hilo upesi baada ya mtoto kuzaliwa. Mwisho, utabiri wasema kuwa njaa kubwa sana iko mbele yetu.

Mfalme aliweka nadhiri kama ilivyotakiwa na utabiri wa uzazi wa mtoto ingawa moyoni mwake alikuwa na kite kikubwa juu ya kumwaga damu ya raia wake wawili. Kwa desturi Mfalme wa Kufikirika alikuwa na huruma nyingi, wakati huruma ilipolazimu, juu ya watu aliowatawala. Yeye mwenyewe alikuwa ni mwanadamu na kama wanadamu wengine, aliona huzuni kuua mtu kwa kafara. Pia alikuwa ana kanuni ya kujali sana sheria za nchi ya Kufikirika kuwa damu ya mtu ni marufuku kumwagwa ila kwa dia ya damu ya mtu mwingine, lakini hamu yake ya kuzaa mtoto ilimtawala kwa nguvu sana wakati ule. Hamu ni mtawala wa mazuio yote. Kadhalika, Mfalme alikuwa amehakikisha ushujaa wa askari wake katika vita, lakini hakupata kuhakikisha ustadi wa waganga wake akavutwa kuthibitisha jambo hili.

MATOKEO YA UTABIRI

WATU wote walirudi makwao. Shida ilienea katika nchi ya Kufikirika. Watu walikuwa hawakufanya kazi kwa muda wa miaka sita mfululizo kwa sababu wote walishughulika katika kutafuta tiba ya ugumba wa Mfalme na utasa wa Malkia. Hasara zilizotokea katika muda ule zilikuwa ni kubwa na nyingi; kubwa na nyingi hata zilikuwa hazilingani na hasara zozote nyingine ambazo watu wa Kufikirika waliweza kukumbuka kuwa waliziona zamani katika nchi yao. Mashamba yalitupwa. Mitambo, vinu na viwanda vilikuwa havina watu. Mazizi na ghala zilikuwa tupu kabisa. Nusu ya sarafu na majohari katika hazina ilipotea. Kazi katika mashimo na nyingine zilifungwa. Waandishi walitupa chini kalamu zao na wanachuoni waliacha vitabu vyao wazi.

Nchi ambayo zamani ilikuwa ya shibe, utajiri, nguo, tafrija na neema zote, sasa ilikuwa imegeuka nchi ya njaa, umaskini, uchi, uzito na uhitaji wa kila namna ulikuwa mbele ya watu. Maisha haya mapya yalisumbua watu sana hata yakawa hayavumiliki. Afya ya watu ilitishwa na maradhi. Vifo vilitokea kwa wingi mno. Shida hii ilipasa kuzuiwa au Wafikirika wote wangalipanguswa katika uso wa ardhi. Ilikuwa ni wajibu wa kila mtu kutenda awezavyo kujisaidia mwenyewe, watoto wake na nchi yake. Basi, baada ya marejeo, kila mtu alijitia katika kazi yake tena kwa bidii zote.

Isipokuwa watoto, Wafikirika wote walikuwa wana desturi ya kufanya kazi kwa muda mwingi kuliko watu wote katika mataifa mengine ya dunia. Muda wa kufanya kazi katika nchi yao ulikuwa ni saa kumi na mbili; saa mbili zilitumiwa kwa maburudisho katika michezo; saa mbili nyingine zilikuwa ni za mapumziko na saa nane ni za kulala katika kila saa ishirini na nne au siku moja. Vitanda vilikuwa havina watu juu baada ya muda wa saa nane za kulala isipokuwa wagonjwa na watoto wadogo tu. Kama si kwa sababu ya faida ya afya hata saa nane za kulala zingalipunguzwa kuwa saa saba au sita tu. Shauri la kupunguza wakati wa kulala lilipelekwa mbele ya madiwani wa nchi ya Kufikirika na wasimamizi wa kazi. Lilikubaliwa na halmashauri ndogo, lakini halikufaulu katika halmashauri kuu kwa sababu ilidhaniwa kuwa hofu ya hatari juu ya maisha ya watu itakuwa kubwa sana. Kwa hivi, halikupata idhini ya Serikali. Wafikirika walikuwa na umoja madhubuti ambao ulisimama imara mbele ya machafuko yoyote. Shauri moja jema lilikubaliwa na kushangiliwa na wote na baya lilikataliwa na kila mtu.

Wafikirika waliweza kufanya kazi bora na za kuajabisha mno wakati watu wa mataifa mengine walipokuwa wamo katika usingizi, uvivu, anasa au uzembe. Kutwa walikuwa katika kazi au katika fikira za kujistawisha. Mtu ambaye hafanyi kazi kwa muda wa saa kumi na mbili alikuwa na aibu kwa wenziwe; hasara kwa Serikali na kwake mwenyewe. Kumwita mtu mvivu katika Kufikirika ilikuwa si dhihaka ya kusameheka ila hatia kubwa mno kwa sababu nchi hiyo haikuwa na mtu mvivu hata mmoja. Kwa sheria za Kufikirika uvivu ulikuwa una tafsiri ya wizi wa wakati. Mwizi wa wakati alipatilizwa kwa adhabu ngumu sawa na mwizi wa mali au kitu kingine. Kazi kubwa, ngumu na nzito kwa watu wa Kufikirika zilikuwa ni sawasawa kabisa na mabandia ya mchezo kwa watoto wadogo. Ari ya kila mtu ilikuwa ni kutenda tendo kubwa na lililo bora kuliko mwingine. Hii ni desturi inayodumu hata sasa katika nchi ya Kufikirika.

Kazi kubwa katika nchi hiyo ni ukulima, ufugaji, uhunzi, useremala, uashi, uganga, uaskari, ubaharia, ualimu, uandishi, biashara, dini, ufumaji na ushonaji. Chini ya kazi hizi zilifuata nyingine zote ambazo huleta ustawi katika taifa. Mkulima alitakiwa awe stadi na mwelewa wa kila njia ya ukulima wa nyakati mbalimbali za kazi hiyo. Shamba la mtu mmoja lilikuwa kubwa kama jimbo. Wafugaji waliidilishwa katika utunzaji wa wanyama na utibabu wake, kuzuia maradhi katika mifugo na weledi wa namna mbalimbali za kuzidisha faida ya wanyama katika nchi yao. Wafugaji hao waliifanya Kufikirika kuwa nchi ya maziwa, samli, siagi, jibini, ngozi na nyama nzuri. Mhunzi ilikuwa ni lazima aelewe na kila aina ya chuma na maarifa yake. Kila mhunzi aliweza kumimina na kufua chuma kwa namna ya peke yake. Maseremala walifunzwa namna zote za kazi za mbao kwa ufundi mwingi sana. Vyombo na mapambo yaliyokuwa yakitengenezwa na maseremala hao yalivuta macho ya watazamaji wote. Waashi walihitimu elimu za vielezo na vipimo, tofauti za uashi kwa vitu mbalimbali kama vile mawe, matofali, udongo na kadhalika. Mabohari, nyumba na majengo mengine mazuri na ya kuajabisha kabisa yalijengwa na waashi hao. Kila mji wa Kufikirika ulikuwa na majengo ya fahari. Mafundi wa kazi katika vyombo vya mitambo walishuhudiwa kuwa waliweza kufunga, kufungua na kutengeneza kitu kikiharibika kwa wakati mdogo kama ilivyowezekana.

Watu hodari waliotalii sheria wenye saburi walikuwa ni waamuzi na wagawaji wa haki. Mahakimu hao walitenda wajibu wa kazi zao kadiri ulivyowaongoza; hawakuonyesha kwa watu nguvu ya vyeo vyao. Waandishi walikuwa wana mtindo au usanifu wa kuandika vitabu ambavyo vilikuwa vina utajiri wa fikira na maarifa yaliyoelezwa kwa utaratibu wa kufahamika na kwa mifano ya wazi kama sanamu ifananishavyo sura ya kitu. Watu waliopata kusoma maandiko ya waandishi hao husema kuwa walifaidi sana. Wanachuoni walikuwa ni watatifu waliopenya katika matafiti ya dini, nahau, sheria, historia na elimu nyingi nyingine. Uhodari wao katika elimu hizo uliwapatia sifa kubwa kabisa katika nchi. Kila mwanachuoni alisadikiwa katika elimu aliyojifunza.

Serikali ya Kufikirika ililazimisha sana ustadi wa watu wake katika kazi zote. Kwa hivi, Wafikirika waliidilika katika njia nyingi sana. Nchi ilikuwa ina Serikali imara, waongozi wa ubongo mzuri, mahakimu wa haki, waandishi bora, wanachuoni mufti, wasafiri na wagunduzi wavumilivu na wajasiri, mabaharia wa moyo mkuu na wenye kuthubutu na askari wa miili migumu, mishipa minene, kano kavu zenye nguvu na shabaha nzuri. Watu wa adili katika kila mwendo wa maisha. Naam, watu wote walijipambanua katika kazi zao. Matendo kwao yalikuwa ni halali na kujigamba bure ilikuwa ni haramu. Mavuno na mapato mbalimbali ya watu wa Kufikirika yalikuwa hayana kifani hata kidogo kwa ubora katika ulimwengu.

Mbegu mbalimbali ziliagizwa kutoka nchi nyingine zikapandwa katika mashamba. Mbuga na majangwa yaligeuzwa misitu tena. Wanyama na ndege kila aina waliletwa vilevile kwa ajili ya mfugo na misitu. Kazi katika viwanda, vinu, mashimo na bahari zilifunguliwa. Mitambo yote ilikwenda tena mchana na usiku. Baada ya muda mdogo neema ya Kufikirika ilianza kurudi shida ikakimbia. Katika wakati huohuo habari ilinong'onwa na watumishi wachache katika nyumba ya Mfalme kuwa Malkia alikuwa ana mimba. Habari hiyo iliota mbawa ikaenea katika nchi nzima. Mwaka haukumalizika akazaliwa mtoto wa kiume.

Mfalme na Malkia walifurahi mno, na kadhalika, raia wote wa nchi ya Kufikirika. Ilifanywa karamu kubwa sana kila mtu akakaribishwa. Mbele ya umati mkubwa kabisa wa watu, Mfalme alihutubu. "Nimefurahi sana kwa kujaliwa kupata mtoto na nimependezwa mno na kazi zote zilizofanywa na kila kundi la waganga wangu. Makundi matano hayakufaulu, lakini hii ilikuwa ni bahati mbaya ambayo hutokea kwa baadhi ya watu kila mara katika shindano moja. Nashuhudia kuwa watu wote katika makundi matano yaliyoandamwa na bahati mbaya walifanya bidii zao zote kunisaidia. Nasifu sana kundi la watabiri kuwa limefaulu na kuwa limeshinda makundi mengine yote. Kila mganga katika kundi hili atapewa ijara mara mbili." Shangwe!

Mkuu wa watabiri baada ya kulipwa mara nne kuliko wengine wote Malkia alimtunukia kumvika shingoni koja la lulu. Shangwe! "Nimetoa idhini maalumu jina la mtabiri huyu liandikwe kwa majohari kila herufi kwa johari mbali chini ya habari fupi kwa herufi za dhahabu tupu." Shangwe kubwa! "Pia nimewaalika katika karamu raia wote ili kushukuru baraka tuliyopata mimi na Malkia." Basi, jina hilo lilitokea katika makumbusho ya Kufikirika kama hivi:

"MFALME na MALKIA
Katika KUFIKIRIKA
Siku ya kuzaliwa
Mtoto tuliyetaka
Wote tumependezewa
Mtabiri twataka
Makumbushoni kutiwa
Watu kukumbuka.

Jina lake milele
Lazima likumbukiwe
Kama watu wateule
Na yeye anakiliwe
Nchi ijae tele
Watu mfano wa yeye
Daima kwenda mbele
Mambo yatazamiwe.

Jina lipewe wana
Kulikariri kwa moyo
Waelezewe maana
Wakuze wayatendayo
Kama mlivyoona
Matendo ya mtu huyo
Katenda bora sana
Kwa tuzo apewayo.
Kushuhudia dhahiri
Kaziye kuwa bora
Jina la mtabiri
Kwa herufi lang'ara

Tofauti za johari
Herufi kila sura
Mtu mashuhuri
Utubusara Ujingahasara."

Utubusara Ujingahasara aliwashukuru Mfalme na Malkia Watukufu wa Kufikirika kwa kusema kuwa alijiweka chini ya miguu yao kwa kutunukiwa heshima kubwa kuliko kazi aliyotenda na kuwa mapendeleo ya Mfalme na Malkia Watukufu kwake yalikuwa ni mengi na bora kuliko waliyopewa watu wengine katika Ufalme wa Kufikirika. Kisha watu walipewa karamu wakala. Walicheza ngoma. Baadaye kila mtu alishika njia ya kwenda kwake.

Kwa amri ya Mfalme wa Kufikirika mambo yote yaliyotokea katika miaka saba juu ya uganga na uzazi wa mwanawe yalisimuliwa kwa karatasi, wino na kalamu. Watatifu walifanya matafiti mengi juu ya nguvu, tiba na sumu ya kila aina ya dawa ili iweze kutumiwa kwa urahisi na gharama kidogo katika wakati ujao.

Kila mti ulijaza kitabu cha ngano ya maradhi uliyoweza kutibu. Sanamu za umbo, mizizi, magome na majani ya kila mti au mmea zilitokeza katika kurasa za vitabu.

Sadaka ya namna zake za kufanya zilikuwa na vitabu maalumu ambavyo kurasa zake zilijaa sanamu za watu waliokatwa viungo na waliouawa kabisa.

Makafara na namna zake yakawa katika vitabu vingi sana ambavyo ndani yake ndege wa aina zote, mayai, makucha na manyoya yao yalifananishwa kwa sanamu.

Mazinguo yalitiwa katika vitabu kadha wa kadha pamoja na sanamu za nafaka mbalimbali zitumikazo kwa kazi hizo.

Vitabu vya hirizi, majini na mashetani vilikuwa havina hesabu. Ndani ya vitabu hivyo sanamu mbalimbali zilioneshwa kama vile za nusu moja mtu na ya pili mnyama, thuluthi moja ndege, ya pili samaki na ya tatu mtu, robo moja nyoka, ya pili dudu, ya tatu jiwe na ya nne mnyama; majini na mashetani ya vichwa viwili; mguu mmoja; mbawa; jicho moja usoni na la pili kichogoni; mikono mitatu ya migando kama ya kaa; jicho moja utosini au kati ya uso; nywele ngumu kama seng'enge; pua ya mwanzi mmoja, na ya mianzi minane; videvu viwili; nyuso tatu; masikio yaliyoungana na macho; ngozi ya rangi zote za upindi wa mvua; vinywa vya moto, upepo, maji, giza na umeme. Madude makubwa kama tembo au nyamngumi yaliyoweza kuingia na kutoka katika chupa ndogo na sura nyingi za vioja kabisa.

Utabiri ambao ulishinda katika shindano la waganga ulitiwa katika vitabu maelfu yasiyo idadi. Vitabu hivi vilieleza namna mbalimbali za ramli. Ilitazamiwa kuwa vitabu hivi vyote vitakuwa mwanga wa kumulikia katika mafunzo ya watoto wa nchi ya Kufikirika.

MTOTO WA MFALME

Mtoto wa Mfalme alipofika umri wa miaka saba, mwalimu maalumu aliajiriwa kumfunza. Mwalimu huyu alikuwa ni mtu mtaalamu sana aliyehitimishwa katika vyuo bora vya nchi ya Kufikirika. Katika kukubali kazi hii mwalimu alisema kuwa kwa nadra sana alifunza watoto wadogo kama huyu kwa sababu dhamana ya watoto ni kubwa sana kuliko heshima apatayo mwalimu. Watu wote wana mazoea ya kutaja vyuo vya mwisho vilivyowahitimisha na vyeo walivyopata. Mahali walipofunzwa kushika kalamu na mambo mengine hawasemi baada ya kuhitimu kwao.

Mwanzo wa masomo mtoto huyu alionyesha usikizi, upokeaji wa mafunzo na wepesi wa akili ambao ulimstaajabisha mwalimu wake kuona kwa mtoto wa umri wa miaka saba. Wakati wa kusoma kitabu mtoto huyu alizoea sana kukiinamia kama mwanasheria atafutaye neno la kushinda katika daawa na kutalii kama mwanachuoni kwa kuandika muhtasari ya mambo ambayo ataka aweze kukumbuka baadaye. Alipokuwa akiandika alikuwa na umakini kama hakimu ambaye itamlazimu halafu kusoma yote aliyoyaandika kwa urahisi. Michoro na nukta zote katika mwandiko zilioneshwa waziwazi pasipo mawaa. Katika hesabu alikuwa kama karani wa hazina kubwa kwa uangalifu. Mazungumzoni alifanana na balozi kwa kusema vizuri na hekima. Maswali yake yalitolewa kwa adabu na yote yalikuwa juu ya mambo ya maana na muhimu kuulizwa. Alipoulizwa yeye alizoea kujibu kwa mafafanuzi ya kutosha na mema. Michezoni alikuwa ni furaha kwa watazamaji wote. Aliposhinda katika mchezo wowote alifurahi na aliposhindwa yeye hakufifilika. Lakini, baba yake, Mfalme wa Kufikirika, aliweka zuio baadaye kuwa mwanawe asishiriki katika michezo. Zuio hili lilileta sikitiko kubwa sana.

Dalili za fahamu pevu zilijionesha katika sura za mtoto huyu waziwazi. Paji la uso wake lilikuwa limeanza kuguswa na mikunjo midogo ya fikira. Hii si alama mbaya kuonekana kwa mtu mzima, lakini si nzuri sana kuonekana juu ya uso wa mtoto mdogo. Kabla ya kuondoka katika masomo kwa ajili ya kupumzika alizoea kukusanya kwanza vitu vyake vyote vya kuandikia. Jambo hili alilifanya kwa uangalifu mwingi sana. Alifuta kalamu na kidau chake cha wino kilifunikwa: alichonga penseli yake tayari kwa matumizi tena akirudi. Karatasi zote zilizotawanyika ziliwekwa pamoja tena kwa usafi. Alipangusa meza akapanga na vitabu vyake vyema. Kisha aliangalia huku na huko kutafuta kama alikuwa amesahau kitu kingine chochote. Mwalimu wake ingawa alikuwa ni mtu wa utamaduni, lakini alipenda kuona mtoto kama yule kuacha vitu vyake ovyo na kwenda mbio nje badala ya kuliacha darasa na vitu vilivyopangwa vyema kama chumba cha mjane maridadi au mtamaduni sana.

Kwa amri ya Mfalme wa Kufikirika vitabu vya masomo ya mtoto wake vilikuwa juu ya historia ya Kufikirika, habari za watu wa kale, maisha ya watu wakuu na mashujaa; habari za uganga, sadaka na nadhiri; uwezo wa makafara, majini, mashetani na mambo kadha wa kadha mengine ya zamani. Mwalimu wa mtoto ingawa alikuwa ni mtu aliyeelimishwa sana katika elimu hizi zote,lakini kwa mlingano aliajabia sana elimu za kigeni. Alitamani sana elimu mpya zienee katika nchi ya Kufikirika.

Pasipo idhini ya Mfalme au Serikali ya Kufikirika, nafasi ya kueneza elimu mpya ilikuwa hapana au kidogo sana. Lakini mwalimu alifikiri kuwa yeye alijaliwa kuwa mwalimu wa mtoto ambaye siku moja atatawala nchi ya Kufikirika. Akifaulu kumwonesha au kumwongoza mtoto wa Mfalme katika elimu alizoona kuwa ni bora njia ya kueneza maarifa mapya itaanza kusakifiwa. Watu watafungua milango yao na kwa mikono miwili watapokea elimu zote mpya. Alinuia kujaribu kumfunza mtoto wa Mfalme elimu hizo. Zaidi ya hayo alitia katika utaratibu wake wa mafunzo michezo ya kuzoeza viungo vya mwili kwa siri. Alimweleza mwanafunzi wake kuwa baba yako ataka akili ya ukoo mzima uwe nayo wewe. Kwa desturi mtu ye yote mwenye mtoto mmoja tu, hutazamia mengi kwa mtoto wake. Jambo hili si baya, lakini ingekuwa bora kama ukamilifu wake ungepatikana kwa njia ambayo haihatarishi afya. Ingawa elimu si mzigo unaoonekana, lakini uzito wake juu ya mwili wa mtu ni mwingi sana. Lazima mwili uwe una nguvu ya kutosha kuchukua uzito huo. Nguvu inayotakiwa hupatikana kidogokidogo katika michezo. Kadhalika, ukamilifu wa elimu hufikiwa vilevile kwa mwendo kidogokidogo. Kwa mambo haya mwalimu alijua kuwa akigunduliwa, Mfalme atakasirika mno juu yake, lakini hakushawishika vingine. Mwalimu huyu alikuwa madhubuti wa nia na matendo siku zote.

Dunia haifichi siri. Baada ya miaka miwili habari ilifika katika masikio ya Mfalme kuwa mwalimu alikuwa akimpoteza mwanawe kwa mafunzo ya elimu ngeni na kuwa alikuwa akimfunza michezo vilevile. Mwalimu aliitwa mbele ya Mfalme. Alipofika Mfalme alikuwa anawaka kwa hasira. Kwa sauti kali akasema:

"Imebainika kuwa mwanafunzi uliyepewa unamfunza elimu ngeni nilizokataza. Hili ni kosa kubwa sana. Mtoto niliyemweka chini ya mafunzo ,yako alipatikana kwa mizizi, makafara, mazinguo, hirizi, mashetani na utabiri. Vitabu vya elimu hizi ulipewa kwa ajili ya mafunzo lakini hukuvitumia. Badala yake unamfunza mtoto uzushi na mambo ambayo sina shaka yataharibu nchi hii. Walimu wanajulikana siku zote kuwa ni wageuzi wa mambo katika maisha lakini nitatazama sana kuwa usipate kazi tena popote katika Kufikirika. Wasemaje juu ya hili?"

Mwalimu, polepole alijibu, "Mfalme Mtukufu, vitabu unavyosema kuwa nilipewa kwa ajili ya mafunzo ya mtoto ni vyema, lakini si bora. Labda vilikuwa ni bora katika wakati wake, lakini wakati huo umekwisha pita. Mimi nimekuja hapa kutenda yaliyo bora kwa mwanao. Sisadiki hata kidogo kuwa ipo faida katika kutenda matendo yaliyo duni kuliko bora. Ukiwa una wasaa wa kusikiliza naweza kueleza ubora uliomo katika mafunzo yote ninayomfunza mwanao."

Mfalme alikataa kusikiliza. Aliona maneno ya mwalimu wa mwanawe kuwa kama upuuzi wa kuchafua moyo na kutapisha akasema, "Pia nilikataza kuwa mtoto wangu asicheze, ila asome wakati wote, lakini hukutii. Hapana mtu ajuaye utakalofanya baada ya ukaidi huu. Sitaki mwanangu kukua na ubongo wake wote katika mishipa. Watu wenye nguvu wamejaa tele hapa Kufikirika. Nataka nguvu za akili ya mwanangu zikuzwe. Huyu ni mrithi wa nchi hii na ufalme wake baada ya mimi. Lazima awe ana akili kuliko watu ambao siku moja atatawala juu yao. Leo utalipwa ijara yako na kuachishwa kazi. Una maneno gani ya kunena?"

Mwalimu ambaye wakati ule wote alikuwa akisikiliza kwa makini mfuriko wa maneno ya Mfalme sasa alitoa jibu. "Umefanya vyema, Mfalme Mtukufu, kwa kutangulia kunitoa kazini. Kama usingenitoa siku hizihizi ningeomba Utukufu wako kuamriwa kuacha kazi yako kwa sababu sitaki kushiriki katika makafara ya damu. Damu ina harufu mbaya sana ikimwagwa pasipo sababu ya kutosha. Bora mtu kujitenga kando kabla ya kumwagwa damu kuliko kujaribu kujiosha baada ya kumtapakaa."

Mfalme alikuwa moto kwa usemi wa mwalimu akauliza kwa kigugumizi cha ghadhabu. "Ma-ka-fa-ra ya da-mu! Wakusudia kusema nini kwa ufedhuli kama huu?"

Mwalimu alijikohoza kidogo kutakasa koo yake kama ilivyo desturi ya baadhi ya mahatibu kabla ya kuhutubu halafu akajibu kwa kupima matamko yake. "Nakariri, Mfalme mtukufu, kuwa sitaki kushiriki katika makafara ya damu. Tafsiri maneno hayo kadiri Utukufu wako upendavyo. Una mtoto mmoja tu. Mtoto mwenyewe ana tabia njema na akili nzuri, na nyepesi wastani kwa makamo yake, lakini unamdhuru kwa amri zako ngumu na kavu, na utaratibu wako mbaya wa mafunzo yake. Humpi nafasi ya michezo kama ilivyo wajibu kwa afya na kukua wala hapati wenziwe wa rika lake. Kwa hivi unamdhuru, labda polepole, lakini hata hivi yote ni mamoja. Uliza mganga ye yote achaguaye mbele kweli kuliko malipo atakwambia kuwa nisemayo mimi ni kweli. Madhara ya afya yakitimu itapasa kumwaga bure damu za watu kadha wa kadha kwa ajili ya makafara. Na hofu kusaidia dhara ya afya ya mtoto wako tena nachukia kuwa katika shirika ya makafara ya damu."

Kwa ghadhabu na sauti ya juu Mfalme alisema, "Funga ulimi wako wa jeuri, bwana! Usinifunze namna ya kulea mwanangu. Hii fedha yako. Chukua uende zako! Kabla ya kuomba tena kazi nyingine ya ualimu wa mtoto wa mfalme afadhali ujifunze kwanza kujua cheo chako na kuzuia ufedhuli wa ualimu! Sitaki neno jingine! Nenda zako!"

Mwalimu hakuogopa wala hakutetemeka. Woga kwake ulikuwa ni kitu kimoja katika vitu vibaya kabisa. Mara kwa mara alizoea kusema kwa mwanafunzi wake kuwa woga humpa adui mawindo mepesi. Lakini hapa alifahamu sana kuwa mfalme ye yote hana kosa wala hatia duniani. Kwa hivi alifutika fedha yake. Kisha aligeuka akatoka nje kimya bila ya kusema "ahsante" wala "kwa heri."

Kutoka kwa mwalimu, Mfalme alishikwa na kicheko kikubwa cha ghadhabu akawa anasema peke yake. "Kijana safihi na mbumbumbu! Sijapata kuona mfano wake. Namna watu kama hawa wapatavyo ualimu na sifa mimi sielewi! Nadhani hupata kwa mapendeleo na ujanja tu. Mwanangu hakufanya kitu ila kucheza tangu kuwa na mwalimu huyu. Nafurahi amekwenda zake. Natumaini kupata mwalimu mwingine bora ambaye atamwongoza mwanangu vyema kama ilivyo wajibu."

Wakati huuhuu mwalimu alikwenda kumuaga mwanafunzi wake akamkuta darasani anamngoja. Alimwita. "Njoo faraghani nina neno nataka kusema." Mwanafunzi alitii upesi kwa sababu alikuwa akimpenda sana mwalimu wake. Walipokuwa faraghani mwalimu alisema,

"Sikiliza mtoto mwema. Maisha ni kama kuwa katika bahari. Mtu lazima kuvumilia tufani na shwari, na kujaribu kufanya yaliyo bora ndani yake. Tufani ni mashaka na shwari ni heri. Natumaini waelewa haya na zaidi. Kwa kila hali mtu asijali mashaka machache mara kwa mara, kama vile matengano na mengine. Umesikia kuwa marafiki walio bora lazima kutengana. Sasa usishike tama! Leo tutaagana. Ukipata nafasi mwombe, Mfalme, baba yako, akupeleke katika chuo kikubwa ambako utaratibu wa mafunzo umo katika mikono ya walimu siyo wazazi. Una ulimi kinywani mwako wa kusema yote haya kwa namna nzuri uwezayo. Omba sana jambo hili kwa Mfalme. Sema kuwa hili ni jambo unalotamani sana. Omba jambo hili kama kwamba ndiyo maisha yako. Nina matumaini kuwa huko utaendelea vema na pengine utaongoza mbele watu kwa elimu. Kadhalika, afya yako itazidi kuwa njema. Kwa muda wangu wa miaka miwili wa kukaa na wewe nimeona kuwa unajifunza upesi tena waelewa mambo mengi zaidi kuliko nilivyopata kuelewa mimi wakati nilipokuwa mtoto wa umri kama wako wewe. Mimi sitakusahau popote nitakapokuwa, na wewe tafadhali nikumbuke. Milima haikutani lakini watu baada ya matengano wamepata kukutana. Tukiwa hai labda na sisi tutakutana tena vilevile."

Mwalimu na mwanafunzi walikumbatiana. Wote wawili wakawa kimya kwa muda. Kisha walitengwa na maneno.

"Kwa he-ri" ambayo yalitamkwa nusu kwa nusu.

Ilikuwa wote kama
Mabubu kwa kusema
Matengano yanauma
Baki ni kuvumilia!

Baada ya siku moja tu mwalimu wa pili alikuja. Mtoto wa Mfalme sasa alikuwa ameanza kuingia katika umri wa miaka tisa. Wakati mwanafunzi kujulishwa mwalimu wake mpya Mfalme alisema,

"Nimetumia fedha nyingi kwa mafunzo yako, lakini mwalimu wako wa kwanza hakufanya kitu ila upotevu. Kama ningalijua nisingalikubali kumpa kazi ya dhamana kubwa katika nyumba yangu. Mwalimu huyu aliyekuja sasa ni bora kuliko wa kwanza. Natumaini kuwa atakuongoza vyema katika njia zote za elimu zilizo maarufu katika nchi ya Kufikirika na yamkini hutakosa kumpenda."

Mtoto wa Mfalme alijibu. "Wajua baba kuwa mimi sichukii mtu ambaye amekubaliwa na Utukufu wako. Lakini mwalimu huyu ni bora? Naona sura yake imechujuka kwa fikira. Kama elimu hufanya wapenzi wake kuwa hali hii ni jambo la kusikitisha na kushangaza sana."

Swali la ghafla kama hili na maneno yaliyofuata nyuma yake halikumpendeza Mfalme mbele ya mgeni aliyekuja kumfunza mwanawe akasema,

"Kitu gani, azizi, kinachokufanya kusema bila ya adabu? Adabu ni kitu kinachotazamiwa katika kila tendo la mtoto wa Mfalme kama ulivyo wewe."

Mtoto wa Mfalme alinena, "Niwie radhi, baba. Sikukusudia ujeuri wowote. Siwezi kufanya hivyo hata kidogo. Kwanza nimeuliza kama yeye ni mwalimu bora sikukanusha. Pili nimeshangazwa na mabadiliko yafanywayo na elimu juu ya sura za wafuasi wake. Haya mambo mawili tu ndiyo niliyosema. Kama moja katika mambo mawili haya limekuudhi, naomba kusamehewa. Tena sana nataka kuamriwa kupumzika kidogo. Muda wa juma moja au mbili watosha kuniwezesha kukusanya pamoja tena nguvu zangu zilizotawanyika kwa mafunzo ya mfululizo niliyofanya miaka miwili iliyopita. Haja yangu ya pumziko isifasiriwe kuwa nimechukizwa na onyo lako. Sithubutu kufanya hivyo, baba. Najua kuwa maonyo hutolewa ili kuwapa faida waonywaji, lakini sadiki vilevile nikisema kuwa naona uchovu mwilini mwangu."

Kwa desturi, vitabu na mambo yaliyomo ndani yake hutatiza mara kwa mara, lakini kwa mtoto huyu matatizo hayakutokea. Vitabu vya kutatiza kama giza kwake vilikuwa havina tatizo hata kidogo.

Kadhalika, hapana waandishi wawili wapatanao juu ya jambo moja wala hadithi mbili zifananazo, lakini mtoto huyu aliweza kusuluhisha magombano ya waandishi na kufananisha hadithi zao pasipo taabu yoyote. Kwa akili yake kali kama wembe alielewa pia kuwa maarifa ya vitabu yana manufaa mengi kwa wanadamu katika maisha; lakini kama wembe ulivyo siku zote matumizi mengi huufanya kuwa dufu; na kama watoto wengine walivyo alitamani pumziko.

Mfalme wa Kufikirika ambaye hakuona ustahili wa haja ya mwanawe alimwambia mwalimu mgeni, "Waweza kuona mwenyewe hali ya mtoto huyu alivyobadilika kuwa mbaya. Amekuwa jeuri badala ya kuwa mwema. Tabia kama hii sikutazamia kabisa. Amechoka kukaa kitako na kusoma vitabu! Sijasikia ajabu kama hii katika maisha yangu. Kutu huharibu chombo kisichotumiwa. Lazima ubongo wake utengwe na uharibifu wa kutu. Nataka aongozwe na kuadabishwa vyema tena." Alijibiwa na mwalimu kuwa Utukufu wake utatiiwa.

Siku ya pili mwalimu alipokuwa na mwanafunzi wake darasani alisema, "Kwa utarabibu uliofanywa na Mfalme itakulazimu kujua habari za uganga, uongozwe katika hesabu na matawi yake yote tena udhibiti sana historia. Wajibu nikutahini kwanza ili nijue maendeleo uliyofanya katika masomo yako kabla ya kukupa kazi mpya."

Baada ya kusema hivi mwalimu alimtia mwanafunzi wake katika mtihani kwa maswali magumu sana. Kabla ya nusu saa kupita mwalimu alishangazwa mno na ujuzi, akili na fahamu nyingi ya mwanafunzi wake. Mtoto wa miaka tisa alielewa sana hakika za mambo kadha wa kadha kuliko yeye, mufti wa wataalamu wa Kufikirika, alivyoelewa alipokuwa ana umri wa miaka kumi na nane. Alificha mshangao wake akazidisha ugumu katika maulizo aliyotoa kwa mwanafunzi. Maswali ya kupewa kijana wa miaka ishirini, aliyamimina kama maji kwa mtoto huyu mdogo wa umri wa miaka tisa, lakini yote yalijibiwa kwa fasaha na wepesi ambao ulimshangaza hata mtoto mwenyewe. Mwisho wa mtihani mwalimu kwa kujikokota alisema kuwa "alitosheka kidogo" na matokeo ya maulizo yake ya kwanza.

Zaidi ya hayo alimwambia mwanafunzi wake, "Itakulazimu kutalii zaidi kuliko ulivyofanya kwanza. Mfalme, baba yako, ana wasiwasi juu yako. Nitajitahidi niwezavyo kukuendesha mbele. Sasa nitaandika utaratibu wa masomo yako na orodha ya mambo kadha wa kadha mengine ambayo itakupasa kujifunza kila siku na kila mara. Sitaki ukariri wa kasuku. Nataka ukamilifu wa fahamu. Hilo ndilo tumaini langu mimi; heshima kwa baba yako; na fahari yako."

Mambo kadha wa kadha mengine yaliyosemwa na mwalimu yalikuwa hayana mpaka wala kiasi. Mtoto alitendeshwa kazi mchana na usiku pasipo kituo ila kula; pasipo pumziko ila kulala kwa wakati mdogo. Kichwa chake kilishindiliwa mambo kama gunia. Imara ya gunia hutegemea upakizi mwema. Kwa shehena ya wastani ya vitu visivyoparuza upya wake hudumu siku nyingi. Imara kama hii na zaidi imo katika ubongo wa mwanadamu kwa matumizi mema vilevile. Baadhi ya watu wanayo dhana kuwa ubongo wa mwanadamu au nguvu yake hutanuka polepole, lakini mwalimu huyu alikuwa ana namna mbali kabisa ya uoni na fikira juu ya mambo. Alikuwa ana yakini kuwa gunia huweza kujazwa vitu vizito mbalimbali; na kuwa ubongo wa mwanadamu huweza kulazimishwa kuchukua uzito wowote wa elimu mbaya na njema. Hakujali hata kidogo kupasuka kwa gunia wala kulemewa kwa ubongo. Baada ya miezi sita ya uanafunzi chini ya mwalimu huyu afya ya mtoto wa Mfalme ilikaliwa na kazi. Mwaka mmoja ulipotimu alikuwa ni mgonjwa kitandani wa kuuguzwa na kulazwa.

KAFARA

Baraza

Ugonjwa wa mtoto wa Mfalme uliendelea. Uso wake mzuri na wa takaso ulififia, macho yaliingia ndani kwa kukonda, mifupa ya taya ilitokeza nje, mashavu yalibonyea, mabega yalichongoka, na mwili ambao ulikuwa wa umbo la mviringo sasa ulibaki mifupa iliyojionesha katika ngozi. Mganga baada ya mganga alikuja na kwenda zake. Dawa baada ya dawa ilitumiwa, lakini nafuu ilichelewa kutokea. Wakati huu wote Mfalme wa Kufikirika hakusahau kuwa katika utabiri wa uzazi wa mwanawe alikuwa amelazimishwa na hamu ya kuzaa kuweka nadhiri ya kumwaga damu ya watu wawili kwa kafara. Jambo hili lilikuwa limetokea miaka kumi na moja iliyopita na yeye alijaliwa kuishi hata akaona kutimu kwa matumaini yake.

Ililazimu sasa yeye kutimiza upande wake wa ahadi ya nadhiri ambayo alisadiki kuwa imetimiza hamu yake maridhawa. Kutekeleza ahadi ni jambo la lazima kwa kila mtu, sababu neno la mtu ndiyo pingu yake. Kwa mtu mtukufu kama alivyokuwa yeye wajibu wa kutimiza ahadi ni mkubwa mno kwake. Lakini alikumbuka vilevile kuwa sheria za nchi yake zilikuwa haziidhinishi kumwaga damu ya mtu hata mmoja, licha ya watu wawili, kwa kafara.

Mwanawe alikuwa ana haki ya mapenzi yake ya kwanza. Hivi ndivyo lilivyo umbile siku zote. Pia ni wajibu wa kila mtu bora kwanza kuwapenda jamaa zake. Raia walitegemea hamaya yake, na sheria za nchi zilitaka utii wake vilevile. Mambo haya yote yalikuwa katika mikono yake. Cha shina kitamu, cha kati kitamu, na cha ncha kitamu. Kwa hali hii, moyo wake uliongozwa sana kuwaza kuwa ufalme ni mmea wa mazao ya ajabu sana.

Alikuwa ana uwezo usio pingamizi wa kukusanya watu na hata kuamuru jeshi la jumla ya watu wengi walioweza kupatikana kwenda mbele ya adui kuua na kuuawa. Baraza za makadhi wake zilikuwa zina mamlaka ya kutoa adhabu ya kifo kwa dia. Lakini idhini ya kumwaga damu ya mtu kwa kafara, Mfalme mwenyewe alikuwa hana tangu kwa sheria za mila hata za serikali. Makadhi wake vilevile walikuwa hawana uwezo zaidi ya ule ulioamriwa na sheria za nchi ambazo zilizungusha ulinzi kando ya vitu vyote katika nchi ya Kufikirika.

Hapakuwa na mtu aliyeweza kuvunja sheria pasipo kupatilizwa. Wafikirika walihesabu kuvunjwa sheria kuwa si uhalifu mkubwa tu, lakini ni dhambi vilevile iliyostahili laana. Sheria zao zilikuwa imara kama zilivyowezekana kufanywa. Zilikuwa si sheria dhaifu au halifu kama uzi wa buibui ambao hukatwa na nzi mkubwa na kunasa nzi mdogo tu. Imara ya sheria hizo ilikuwa mbele ya kila mtu pasipo mapendeleo; mkubwa kwa mdogo; mnguvu kwa mnyonge; na tajiri kwa maskini. Hata Mfalme hakuweza kutenda dhara pasipo kulaumiwa na sheria. Kwa sheria kama hizi Kufikirika ilikuwa ni nchi ya salama kwa raia, na ya fahari kwa mfalme aliyeitawala; lakini watu pengine hukutana na majaribu au huchafukiwa na mambo hata wakiishi katika nchi ya salama na fahari.

Hapa nadhiri ilidai kafara la damu ya mtu. Sheria za nchi zilipinga kafara hili. Mfalme alitatizwa sana wakati alipokuwa akififikiri njia ya kutimiza ahadi yake kubwa. Ilikuwa ni ahadi kubwa kweli kwa sababu mbele yake kulisimama pingamizi. Utabiri ulikuwa umeonya wajibu wa kutimiza kafara hili mapema baada ya uzazi wa mtoto. Mfalme hakufanya kama alivyoonywa. Sasa kwa ugonjwa wa mwanawe alijiona amesimama mbele ya majaribu makubwa kabisa. Alimpa waziri wake siri ya mashaka haya kwa kusema,

"Kwa muda wa miaka mingi iliyopita nilikuwa sina mtoto. Kwa

kupata mtoto niliye naye sasa nilitibiwa ugumba kwa muda wa miaka sita. Mali kadha wa kadha zimepotea. Mbali ya mapenzi ya umbile ambayo wazazi wote wanayo kwa watoto wao, lakini hapana mzazi aliyepata mashaka ya uzazi kama mimi. Mwisho tuzo ya mashaka yangu ilikuja nikashukuru kama ilivyo wajibu wa kutendewa mema. Lakini mtoto niliyempata sasa ni mgonjwa sana. Yaonekana kama kwamba matumaini yangu yote ya kurithiwa na mwanangu karibu yatapondwa chini. Mwananagu akipatwa na faradhi msiba utanipeleka ahera mara moja. Asili yangu yote itakuwa kama imefagiwa hapa duniani. Kwa nadhiri niliyoweka, mwanangu atapona kama kafara la damu ya mwerevu na mjinga katika milki yangu litawezekana kufanywa. Mimi mwenyewe nachukia sana kafara hili kama sheria za nchi zichukiavyo, lakini sina jambo jingine la kutenda. Ushahidi wa machukio yangu ya kumwaga damu ovyo ni purukushani kubwa ambayo nimefanya siku zote katika kutimiza ahadi ya nadhiri hii, lakini haikufaa kitu. Sasa nimesimama mbele ya majaribu makubwa na labda ya mwisho ambayo akili ya mtu ye yote huweza kuona kuwa nimelemewa sana. Fikiri mwenyewe kwanza. Kisha sema kama waweza kutenda msaada wowote."

Waziri palepale alisema kuwa atafanya baraza ya washauri wa Serikali ya Kufikirika: na kuwa atatumia usemi wake wote ili kuvuta baraza kuidhinisha kafara hili. Tena alijaribu kumfariji Mfalme kuwa watu wametoa watoto wao wenyewe kuuawa kwa ajili ya makafara ili kuthibitisha imani au kufanya mvuto mbele ya macho ya watu. Hapana shaka baraza itakubali raia wawili kuuawa kwa kafara la mtoto wa Mfalme. Aliishiliza maneno yake kwa kusema kuwa kafara la damu ya mtu ni jambo dogo, si kubwa la kumfadhaisha Mfalme. Kufikirika ina werevu na wajinga wengi kwa jambo la lazima kama hili. Werevu na wajinga hapa walitamkwa kama wanyama ambao maisha yao hayana thamani.

Baraza ya kushauri Serikali ya Kufikirika ilikuwa ina washauri thelathini. Mkuu wa Baraza alikuwa ni Waziri Mkuu wa Serikali. Wanachama walikuwa ni mawaziri sita; wasimamizi wanne; makadhi wanne; na katibu mmoja upande wa Serikali. Viongozi wa dini wanne; wanasheria watatu; wanachuoni watatu; mahatibu watatu; na mkulima mmoja upande wa raia.

Mkuu wa Baraza alikuwa hana upole wala hakujishughulisha kupendeza. Tabia yake ilikuwa ngumu na adabu yake ilichukiza. Alizoea kuwa na hasira, wivu na kiburi mara kwa mara. Alikuwa ni mtu wa hila na choyo kikubwa cha mamlaka. Mara nyingi alilazimisha wanachama wa baraza waliompinga kustaafu au kuacha kazi. Kwa ushupavu alikuwa hana kifano katika nchi nzima. Sifa yake ilikuwa katika usemaji. Katika jambo hili alikuwa ni bwana wa maneno na mbishanaji wa kusadikisha. Jambo hili ndilo lililompa uongozi mbele ya Serikali. Kabla ya uwaziri wake alifanya kazi nyingi nyingine, lakini hakufaulu kwa sababu hakujua wala hakutafuta kujua kuchukuana vyema na watu. Mawaziri sita waliokuwa chini yake waliangaza kama nyota kwa tabia za kiungwana na uhodari. Wasimamizi wanne walikuwa ni watu wa mizungu mingi. Makadhi wanne walikuwa ni watu wa hekima na uangalifu, lakini mara kwa mara walikuwa katika magombano na Mkuu wa Baraza mkorofi. Katibu wao alikuwa ni mtu wa macho makavu ambaye kwa nadra kabisa aliruka neno lililosemwa katika baraza.

Upande wa pili wa wanachama: watu wanne wa kwanza walikuwa ni mababa wapole na wema kwa watu wote; watu watatu katika fungu la pili walikuwa ni mastadi wa kujadiliana ambao hawakupoteza uzi hata mmoja katika majadiliano; wanachuoni watatu walikuwa ni watu wa mawazo na maarifa; mahatibu watatu walikuwa ni watu wa sifa bora sana. Hatibu mmoja katika hawa watatu alikuwa ni mtu wa ucheshi na kila fungu la maneno ya hotuba zake lilikuwa na mzaha ulioshangiliwa karibu na baraza nzima; hatibu wa pili alikuwa ni mfafanuzi maarufu aliyeweza kutia maisha katika hotuba zake kwa mifano mizuri; na hatibu wa tatu alikuwa ni msemaji wa kufululiza moja kwa moja kama mshale katika kiini cha mambo bila ya kupamba maneno yake. Mkulima alikuwa ni mtu wa huruma aliyezoea kukuza mimea laini na isiyosema. Upande huu ulikuwa haushindi mara kwa mara, lakini mara nyingi sana ulishauri Serikali mambo ambayo baadaye yalionekana kuwa ni bora na sahihi zaidi.

Mbele ya baraza ya wateule wa pande zote mbili Waziri Mkuu alisimama kufungua baraza kwa hotuba ya mzizimo iliyoanza kwa maamkizi.

Aliamkia, "Asalamu Alekum." Baada ya kujibiwa, "Alekum salamu", aliendelea, "Mabwana mliotoka mbali kuhudhuria baraza hii Serikali yawashukuru na yatazamia kuwa kila mwanachama atafanya bidii yake kushauri na kuongoza Serikali katika njia isiyo lawama. Tumekutana kufikiri kuhalalisha kafara la damu ya mwanadamu. Kwa sheria zitumikazo hapa hata leo jambo hili limeharamishwa, lakini sheria hufanywa na watu kwa ajili ya wema na matumizi yao. Sheria haifanyi mtu. Wakati wowote mtu ni bora kuliko sheria ambayo ni kazi ya akili na mikono yake. Kwa shida iliyotokea mageuzi fulani yamelazimu kufanywa katika sheria za zamani. Watu waliotengeneza sheria tutumiazo sasa walikuwa hodari na urithi wa kazi zao ni fadhili kwetu. Lakini lazima isemwe hapa kuwa wakati walipofanya sheria ambazo zimerithiwa na sisi shida ziletwazo mara kwa mara na mambo mapya zilikuwa ng'ambo ya uoni wao. Tutazame kwa umoja kama ipo njia ya kubatilisha baadhi ya sheria tulizo nazo ili tuweze kuwa na sheria bora na zilizo na manufaa zaidi.

"Mtoto wa Mfalme wetu ni mgonjwa kitandani. Mikoba ya waganga wetu wote bora imemimina dawa zote zilizokuwamo ndani yake. Haikutokea hata dawa moja kuwa mujarabu. Hatari ya maisha ya mtoto inahofiwa sana. Mfalme astahili msaada wa kila raia. Wanatakiwa watu wawili, mwerevu na mjinga, kwa kafara. Idhini ya baraza hii yatafutwa. Heshima kubwa kama hii bado kutokea. Idhini ikipatikana kafara litafanywa mara moja. Inatazamiwa kuwa salama ya mtoto wa Mfalme imetegemea baraza hii. Tumepewa fahari ambayo nchi yoyote ulimwenguni bado kuwapa washauri wake."

Alikaa kitako kwa makuu kama msemaji aliyetumaini kuwa hotuba yake itatenda yote aliyotaka; lakini ilikuwa sivyo kabisa. Hotuba hii ilizizimisha damu katika mishipa ya wanachama wengi wa baraza. Wanachama walinong'onezana. "Ubora ni kubadili mabaya kwa mema, siyo mema kwa mabaya!" Halafu kila baadhi ya wanachama ilisema maoni yake.

Viongozi wa dini walisema kuwa walihuzunishwa mno na habari ya ugonjwa wa mtoto wa Mfalme, lakini hawakuweza kuona njia ya kuidhinisha kafara la damu ya mtu. Kusikia hivi, Mkuu wa Baraza alikeketa meno yake yakatoa mlio kama mkwaruzo wa tupa juu ya chuma. Aliuliza kwa nini katika misahafu yao makafara kadha wa kadha ya damu za watu yameandikwa kuwa yalifanywa. Swali hili lilikuwa chafu, viongozi wa dini wakakataa makusudi kulijibu.

Wanasheria walionesha kuwa kafara la damu ya mwanadamu likiidhinishwa katika sheria litatia watu wote katika mauaji. Leo damu ya raia wawili yatakiwa. Kesho damu ya mtoto wa mfalme au wa waziri itahitajiwa. Haijulikani damu ya nani na nani itatakiwa kesho kutwa na baadaye. Hatari itazunguka nchi yote ya Kufikirika. Kwa kusema hivi walilaumiwa kuwa ni wahaini wabaya waliostahili kuwa katika gereza badala ya kuwa katika baraza ya heshima ya washauri wa Serikali.

Wanachuoni walisema kuwa historia nyingi zimechafuka kwa mauaji. Wasomaji hujiona kama wanaogelea kwa taabu katika bahari ya damu ya watu waliouawa vitani, kwa kisasi, kwa sadaka za na ushahidi wa dini. Kila ukurasa wa kitabu cha historia nyingi ni bahari pana, kila mstari ni mto mrefu, na kila mchoro ni ziwa kubwa la damu zilizomwagwa kwa dhuluma. Lakini hawajaona au wameshindwa kuona alama katika historia ioneshayo kuwa raia au wafalme walipata kuuawa kwa makafara ya ugonjwa. Ikiwa watu pia walipata kuuawa kwa makafara ya ugonjwa ambao habari zake hazijulikani, wakati umefika sasa wa kuzuia jambo hili. Kwa hivi, wanapinga sheria ya kafara la damu ya mwanadamu kuidhiniwa na baraza waliyohudhuria. Walikaripiwa kuwa walikuwa ni wajinga wa historia na kuwa hawakustahili hata kidogo heshima ya uanachuoni wala ya uanachama wa baraza ya Serikali ya Kufikirika.

Mahatibu walipinga kwa nguvu sana sheria ya kafara la damu ya mtu hata ilionekana kuwa hotuba ya kwanza ya Mkuu wa Baraza imekokotwa karibu yote katika tope na watu hawa. Sheria iliyokusudiwa waliifananisha sawa na kitu kichafu kabisa mbele ya macho ya watu. Lakini waliitwa wapayukaji wasiojua shina wala ncha ya hadithi zao, na kuwa hotuba zao zilikuwa ni upuuzi mtupu. Vitu vingi vilivyo azizi huitwa upuuzi kwa sababu watu hawavitaki au hawajui matumizi yake.

Mkulima alieleza kuwa kuua mmea ni kukaribisha njaa katika nchi. Kadhalika, kuua mtu kwa kafara kutaleta maasi katika nchi. Aliulizwa kama damu ya mtu haifai kwa mbolea ya mimea yake. Jibu lake lilikuwa wekundu wa damu hutetemesha mno wakulima. Aliulizwa tena kama akiri kuwa wakulima ni waoga kabisa. Alijibu kuwa ni waoga wa kumwaga damu ovyo si kwa mambo mengine. Wakulima wengi huwa mashujaa.

Waziri mmoja aliita sheria ya kafara la damu ya mtu “aibu.” Likiamriwa atashindwa kunyanyua kichwa chake juu kwa heshima kama desturi ya watu wote. Hakujiweka tayari kwenda na kichwa chini kwa aibu. Huyu alilazimishwa kustaafu palepale. Alifurahi kuacha kazi aliyoona kuwa chafu ili aweze kuinua kichwa chake juu mbele ya watu.

Watu wawili wa Serikali walishauri kuwa watu wangevutwa kwa fedha kujitoa wenyewe kwa kafara. Walijibiwa na mtu mmoja wa upande wa raia kuwa fedha isitumiwe kuwa chambo cha maisha.

Katika upande wa Serikali watu kumi na nne sasa walibakia

kuhalalisha sheria ya kafara la damu ya mtu. Upande wa raia wanachama kumi na nne wote walipinga sheria hii. Mkuu wa Baraza akatangaza maamuzi yake kuwa Serikali imepata ushindi wa watu 14 kwa 14 kwa sababu imepasa kuokoa maisha ya mtu bora wa Kufikirika. Wakati uleule tengenezo la sheria liliamriwa kuwa katika vitabu vya sheria za nchi: "kuwa damu ya mtu ni halali kumwagwa kwa kafara kama imebidi mtu au watu kuchinjwa kwa sababu ya kuokoa maisha ya Mfalme, Malkia, mtoto au jamaa wa nyumba ya ufalme; na kuwa Mfalme ana uwezo kwa sheria hii kuamuru kuchinjwa kwa mtu au watu wa hali au umbo ambalo litahitajiwa kwa kafara."

Upande wa kwanza wa wanachama ulifurahia ushindi wake. Upande wa pili ulivumilia kushindwa. Baada ya kushindwa kitu bora cha kutenda ni uvumilivu. Mazao ya uvumilivu ni fikira njema. Watu wa upande wa pili walidhani kuwa wamesema kweli. Kuweza kutimiza wajibu wa kweli mbele ya jambo la matata kama kafara la damu ya mwanadamu si sifa ndogo. Baada ya kusema kweli au kutenda kama ipasavyo kweli mtu hutaka nini zaidi! Vibaya kusujudia uongo. Maisha ya uongo ni mafupi. Watu wavaao uongo kama lebasi ghafla hujiona hawana nguo mbele ya wenzao.

Kweli kama lebasi
Uongo nao matusi
Tena kweli almasi
Kitu azizi halisi
Uongo pia najisi
Mtu mwema haugusi.

Gereza

Tengenezo la sheria lilifuatwa na amri ya kuwinda, kama wanyama wa porini, watu wawili kwa kafara la kuponya mwana wa Mfalme wa Kufikirika. Watu waliotakiwa ni mwerevu mmoja na mjinga mmoja. Kuua watu wawili kwa dia ya uhalifu si jumla kubwa; lakini kuharibu roho mbili za watu ambao hawana hatia ni jumla kubwa sana. Kwa hivi, tisho la amri iliyotolewa lilitangaa katika Kufikirika nzima. Hapakuwa na raia hata mmoja wa Kufikirika aliyejiona katika salama mbele ya amri hii. Tofauti kubwa za wanadamu ni mwanamume na mwanamke; tajiri na maskini, mnguvu na mnyonge; na mkubwa na mdogo. Werevu na ujinga hushika tofauti hizi zote. Kwa sababu hii kila raia alihofu kuwa atakamatwa na kuchinjwa kama mnyama.

Kila kitu duniani kina mainuko, maanguko na usawa. Mambo matatu haya hutokea kwa nyakati mbalimbali. Kufikirika ilikuwa ni nchi moja katika nchi zilizofikia mainuko ya fahari. Maanguko yake ya sheria yalikuwa mabaya, lakini majilio ya usawa yalikuwa katika fikira za watu kuwa yatarudisha hali bora katika nchi. Pia ilionekana kuwa kwa sababu ya tofauti nyingi za mambo ya wanadamu hapana serikali yoyote ulimwenguni iwezayo kufanya sheria au amri za kutiiwa pasipo manung'uniko ya watu kwa mambo yote. Yamkini, amri za dunia 5 kwa 100 hupata ikibali kamili, 45 kwa 100 hupewa nusu ya ikibali na 50 kwa 100 hukutana na manung'uniko ya watu. Nusu ya wanachama wa baraza ya kushauri serikali ilipinga kwa jino na kucha kuchinjwa kwa watu kwa kafara, lakini haikufaulu. Kuteta kwa wanachama wa baraza hiyo kulikuwa kuzuri, lakini hakukusaidia hata kuahirisha haraka ya matumizi ya amri iliyotakiwa na serikali. Serikali ikitaka neno hupewa. Isipopewa huchukua kwa makono wake. Basi, tokeo la amri hii lilikuwa kama ajali ambayo haizuiliki; na kama ajali iliachwa ichague yenyewe watu ambao itawaangukia.

Kwa mawindo ya siku moja tu watu wawili walikamatwa wakatiwa

wa Mfalme aliye mgonjwa. Jambo hili limehalalishwa na sheria isemayo: "kuwa damu ya mtu ni halali kumwagwa kafara kama imebidi mtu au watu kuchinjwa kwa sababu ya kuokoa maisha ya Mfalme, Malkia, mtoto au jamaa wa nyumba ya ufalme; na kuwa Mfalme ana uwezo kwa sheria hii kuamuru kuchinjwa kwa mtu au watu wa hali au umbo ambalo litahitajiwa kwa kafara."

Sasa mjinga alijiona kuwa amekwisha tumbukia katika bahari ya sheria iliyotaka ustadi wa kuogelea. Ustadi kama huo yeye alikuwa anao akatamka.

"Kama kafara hili lilitaka kuchinjwa kwa mwerevu na mjinga, kwa kila hali werevu wa mwenzangu haukuthibitika na ujinga wangu hauna ushahidi. Nimechukua uwakili wa kuokoa maisha ya mwerevu kwa malipo ya nusu ya mali yake. Hati ya mapatano yetu hii hapa."

Hati iliposomwa kwa sauti kuu barazani ilisema,

"Kwa mapatano ya hati hii Mwerevu wa Kafara aahidi kumpa Mjinga wa Kafara nusu ya mali yake, kama wa kwanza ataokolewa na wa pili katika kuchinjwa ambako wote wawili wamechaguliwa na Serikali kuchinjwa kwa kafara la kuponya mwana wa Mfalme wa Kufikirika. Kwa kuchukua uwakili wa kutetea maisha ya Mwerevu wa Kafara; Mjinga wa Kafara aahidi vilevile kufanya awezavyo kustahili malipo ya ijara yake."

Ushahidi mikono yao:-

Mwerevu wa Kafara,
Mjinga wa Kafara,
Wafungwa.

Mbele ya:-

Gereza Giza,
Mtu Hugazagaza
Neno Likitatiza
Mabawabu.

Halafu mjinga aliendelea kusema, "Uwakili niliochukua si wa

maneno matupu. Ni uwakili wa matendo ambayo nakusudia kutenda mbele ya baraza hii. Mwerevu hakufanya kama nilivyofanya, wala hatatenda kama nitakavyotenda. Kwanza, hili pekee laonyesha kuwa mimi si mjinga na mwenzangu si mwerevu. Pili, kama tulikusudiwa hasa kafara la kuponya maradhi stahili yetu si kuwekwa gerezani. Tulistahili kutiwa katika mikoba au chupa za dawa kama ilivyo desturi ya dawa nyingine za kutibu maradhi. Kwa mambo mawili haya nateta kuwa hatukutendewa haki ingawa twapenda mwana wa Mfalme apone."

Mjeledi wa maneno ya mjinga ulikata mtai mkubwa katika sheria ya kafara, lakini ilitazamiwa kuwa ushahidi utaziba mtai uliofanywa. Mashahidi kumi walipotakiwa kuthibitisha werevu wa mtu wa kwanza na ujinga wa mtu wa pili walisema,

"Tuliongozwa kudhani kuwa mtu wa kwanza alikuwa ni mwerevu kwa sababu kazi yake ilikuwa ni biashara, na mtu wa pili alikuwa ni mjinga kwa sababu kazi yake ilikuwa ni ukulima."

Mmoja wa washauri aliwauliza mashahidi, "Kabla ya uchaguzi wa watu wawili hawa mwaweza kukumbuka mahali walipokuwa?"

Mashahidi walinena,

"Mwerevu alikuwa dukani anafanya biashara, na mjinga alikuwa shamba ni analima."

Mshauri aliuliza tena,

"Mwaweza kusema kama katika biashara mwerevu alionesha hekima kuu, na katika ukulima mjinga alionesha ujinga wa ajabu, kustahili kuchaguliwa kwa kafara hili?"

Mashahidi walijibu,

"Kwa kadiri tulivyoona kazi zao mbalimbali, mwerevu hakuonesha hekima kuu, wala mjinga hakuonyesha ujinga wa ajabu. Uchaguzi wao ulistahili kwa sababu yakubalika kuwa wachuuzi ni werevu na wakulima ni wajinga.

Mjinga aliulizwa na baraza sasa kama ana hoja zaidi juu ya ushahidi uliotolewa na mashahidi, akasema,

"Kama watu wa biashara ni werevu wasingepata hasara katika kazi yao, na kama wakulima ni wajinga, njaa ingefuta asili ya wanadamu juu ya uso wa ardhi."

Mshitaki wa Serikali alisema,

"Ikiwa mchuuzi, aliyedhaniwa kuwa mwerevu, ametokea kuwa ni mjinga; na mkulima, aliyedhaniwa kuwa ni mjinga, ametokea kuwa ni mwerevu, hapana tofauti kubwa. Kafara laweza kutimizwa kwa kutumia watu hawahawa."

Kadhi Mkuu alieleza kuwa wazo hili hutatiza sheria, lakini atalifikiri wakati wa maamuzi.

Waziri Mkuu ambaye alikuwa ni mtengenezaji wa sheria ya kafara alisema kuwa kama mkulima si mjinga, na mchuuzi si mwerevu, je, mkulima aweza kutafuta mwerevu mwingine na mjinga mwingine ili kafara liendelee? Kisha alinena kuwa kutafuta watu wengine kwa kafara hili ni kazi ya Serikali si ya mahabusi. Mtu huyu angetakiwa kutoa mfano wa mwerevu na mjinga; asihitajiwe kuwatafuta.

Sasa mkulima alisema kuwa, kwa mfano, mtu aoaye mke mtaalamu ni mmoja wa werevu kwa sababu hukuza hali yake na kuweka tayari malezi bora kwa watoto wake; na mtu aoaye mke ambaye si mtaalamu ni mmoja wa wajinga kwa sababu hujidunisha mwenyewe na huhatarisha malezi ya watoto wake. Lakini hata kama watu wa namna iliyosemwa wakipatikana si vyema kuchinjwa kwa kafara hili.

Mwana wa Mfalme atapona pasipo lazima ya kumwaga ovyo hata tone moja la damu ya mtu. Kwa jambo hili njia bora ya kutumia ni kuwaona au kuwashauri waganga waliokuja Kufikirika kwa Bahari ya Kufaulu. Hawa ni waganga stadi kabisa. Namna zao za uganga ni nyingi sana. Wamefanya magunduzi ya ajabu mno ya dawa zilizo mujarabu kwa maradhi kuliko watu wengine wote katika ulimwengu. Maradhi kadha wa kadha yaliyodhaniwa kuwa hayatibiki zamani sasa hutibika rahisi sana kwa dawa zao. Mahali pa kazi ya uganga wao huitwa hospitali.

Alipokwisha andika yaliyosemwa kwa utaratibu sana Kadhi Mkuu aliionya baraza wajibu wa kukata shauri hili kabla, siyo baada, ya wakati uliokusudiwa kwa kafara kutimizwa. Hili liliposemwa ilikuwa ni saa sita na dakika hamsini. Kisha alitamka kuwa kama hapana tena swali lolote jingine baraza itatoa maamuzi. Baraza nzima ilikuwa kimya. Katika kimya hiki Kadhi Mkuu aliandika maamuzi. Dakika tatu zilitumiwa kwa kazi hii. Dakika mbili nyingine zilitumiwa kwa kusoma maamuzi yaliyosema,

"Kafara lilitaka kuchinjwa kwa watu wawili. Kwanza mtu mwenye sifa ya werevu na, pili mtu mwenye ila ya ujinga. Amri ya kutafuta watu hao mbalimbali ilitolewa akakamatwa mchuuzi kuwa ni mwerevu, na mkulima kuwa ni mjinga. Werevu wa mchuuzi haukuthibitika, na ujinga wa mkulima hauna ushahidi. Yaonekana dhahiri kuwa kipimo kilichotumiwa kupima akili za watu hawa ni dhana tupu. Katika jambo lililo muhimu kama maisha ya mtu yapasiwapo hukumu ya kifo hakika yenye nguvu hutakiwa kuongoza baraza katika maamuzi ya haki siyo dhana tupu. Hakika kama hiyo hapa hapana. Imeoneshwa kuwa kama mchuuzi aliyedhaniwa kuwa ni mwerevu ametokea kuwa mjinga, na mkulima aliyedhaniwa kuwa ni mjinga ametokea kuwa ni mwerevu, kuchinjwa kwa watu hawa kwaweza kuendelea. Hili haliamriwi katika sheria za Kufikirika isipokuwa kwa idhini maalumu ya Mfalme. Kwa hivi mimi naamuru watu wawili hawa kufunguliwa kwa sababu sharti za kafara juu yao hazikutimu."

Hukumu hii ilikatwa saa saba kasoro dakika tano. Kama hoja za mkulima zisingalifaulu saa saba kamili mchana mchuuzi na mkulima wangalichinjwa. Mauti ya upanga yalikuwa mbali na watu hawa kwa umbali wa dakika tano tu. Ni dhahiri, basi, kuwa baadhi ya amri udhuru na baadhi ya sheria za mwanadamu hulinda.

Mfalme alipendezwa sana na uvumilivu uliotumiwa na baraza

katika kusikiliza hoja na ushahidi akamshukuru mno Kadhi Mkuu kwa maamuzi yake bora. Alisema kuwa ile ilikuwa ni baraza moja katika baraza kubwa alizohudhuria akaona maamuzi ya haki kutolewa pasipo mapendeleo.

Mwana wa Mfalme alipelekwa hospitali kutibiwa. Baada ya juma mbili mtoto akapona. Juma mbili nyingine zilipopita Mfalme alimkaribisha mkulima aliyeokoka katika kuchinjwa kwa kafara la mwanawe nyumbani kwake. Mkulima na koja lake la lulu shingoni ambalo alizoea kulificha chini ya ukosi wa kanzu yake aliitika wito wa Mfalme. Kufika nyumbani kwa Mfalme macho ya Malkia yalivutwa sana na sehemu ndogo ya koja la lulu iliyotokeza nje shingoni mwa mgeni wao. Kila bidii aliyofanya ya kunyamaza kimya asiseme mshangao wake haikufaulu akasema,

"Mtu huyu ni Utubusara Ujingahasara, mtabiri mkuu wa Kufikirika, si mkulima! Jina lake limo katika makumbusho yetu. Nimemtambua kwa lile koja alilovaa shingoni mwake. Alipewa koja lile wakati watabiri waliposhinda katika shindano la waganga."

Mwana wa Mfalme ambaye macho yake yalivutwa mno na sura imara ambayo alikumbuka kuiona zamani alitamka:

"Hasha lilah! Mtu huyu ni mwalimu wangu wa kwanza, si mjinga ambaye habari yake imevuma katika nchi nzima ya Kufikirika."

Kwa kuwa magunduzi haya yalikuwa sahihi sana uso wa Utubusara ulitahayari kidogo. Kwa jambo hili Mfalme wa Kufikirika aliacha kando utukufu wake wote akainuka kitini pake kushikana mikono na Utubusara kwa furaha kubwa akisema,

"Naona umeshikwa na haya kwa magunduzi yaliyofanywa na Malkia na mwanangu. Hapana haja hata kidogo ya kuona haya. Mimi mwenyewe naona fahari kubwa sana kuona mtu ambaye amefadhili sana nyumba yangu na nchi ya Kufikirika mara nne katika muda mchache wa miaka kama kumi na sita tu. Ni dhahiri kuwa katika kila miaka minne ya muda huu wewe ulitenda jambo moja kubwa lililofanya alama katika historia. Matendo manne haya kwanza ni utabiri uliotia jina lako katika makumbusho ya Kufikirika; pili ni ualimu wako mwema; tatu ni ushindi wako katika kuchinjwa kwa kafara; na nne ni njia bora uliyotoa ya kutibiwa mwanangu ambaye sasa amepona. Matendo haya makubwa yalibatilisha mashaka yote yaliyokukabili, nawe sasa umekuwa ni fahari ya Kufikirika. Kazi ulizotenda hustahili shangwe na shukrani zangu na za nchi nzima. Kwa hakika umejionesha kuwa ni mfano bora wa kuigwa na kila mtu."

Mfalme na Malkia walipojitenga mwana wa Mfalme alimwambia Utubusara:

"Mama husema mara kwa mara kuwa wewe ulitabiri uzazi wangu. Kama kweli ulifanya hivyo, kwa nini wakati ule hukusema kuwa nitaugua kwa sababu ya njia mbaya ya mafunzo, na kuwa nitapona hospitali? Nasikia ulisema kuwa dawa yangu ilikuwa ni kafara la damu ya mtu. Pasipo kujulikana wewe mwenyewe ulichaguliwa kwa kafara hilo. Nasikitika mno kwa majaribu magumu yaliyokupata. Kama ungalikufa na mimi nadhani kuwa nisingalipona vilevile. Hatari ambayo ndani yake ulikuwamo ilikuwa haina kadiri kwa ukubwa na kitisho. Namna ulivyotima muradi wako mkubwa ni jambo la kuajabiwa na kushangaza sana. Jambo hili halitasahaulika katika nchi ya Kufikirika.

Utubusara alijibu,

"Ingawa nilitabiri uzazi wako lakini, kwa kweli, utabiri ulikuwa si kazi yangu kabisa. Nilijitia katika kundi la watabiri wakati Mflame alipojituhumu kuteswa na ugumba ili niweze kupata nafasi ya kusema niliyoyajua. Nchi, kama ya Kufikirika, ambayo uganga wa kienyeji wasadikiwa kuwa umetawala mambo yote ya wanadamu neno lo lote geni halifaulu bila kupitishwa kwanza katika njia inayoaminiwa na watu wote. Mwanzo ukiisha patikana neno lile lile huwezekana tena kustawishwa likawa bora. Kama nisingalisema habari ya kafara la damu ya mtu wakati ule amini kuwa maneno yangu yangalikuwa kama yaliyosemwa kwa viziwi wasiosikia kitu. Nakushukuru sana kwa kunisikitikia, tena na mimi nakupa pole kwa mashaka ya ugonjwa uliokupata. Kwa kila hali muradi uliokusudiwa umefaulu. Hili latosha kuwa faraja ya dhiki zilizovumiliwa."

Sasa mwana wa Mfalme alisema tena,

"Jitihadi ina tuzo siku zote. Matendo yako bora uliyotenda hustahili heshima kubwa sana. Mfalme na Malkia wametunuka kukufanya Waziri Mkuu wa Kufikirika. Kwa nafsi yangu, nasikitika sana kuwa nitakosa mwalimu mwema kwa sababu ya kazi yako mpya, lakini nimefurahi pia kuwa nchi ya Kufikirika imepata bahati njema ya kuwa na kiongozi mwenye moyo mkuu ambaye atailetea kazi yake heshima, hodari na thabiti wa kukata mambo magumu na kuchukua dhamana nzito. Umesakifu njia ya kutamanika sana kwa ajili ya maisha yako kwa muda mdogo. Kutoka katika maisha ya desturi uliingia katika utabiri. Hapa hukusimama ulikwenda katika ualimu. Hiki kilikuwa sicho kituo cha safari yako ukazidi kwenda hata ukafika katika ukulima. Kutoka katika ukulima ulitumbukia katika gereza kungoja kuchinjwa kwa kafara, na kutoka katika msiba huu sasa umeingia katika uwaziri."

Maelezo ya Msamiati

ahera	-	peponi.
amali	-	kazi.
ambua	-	kuondoa kitu kilichogandia kitu kingine.
andamwa na	-	patikana
ari	-	juhudi ya kutokubali kushindwa bali kufanikiwa.
asaa	-	iwapo.
azizi	-	maarufu hasa, sababu maalum.
bainika	-	julikana.
batilisha	-	kufanya sheria ufutwe au itanguliwe.
chakari	-	mtu mwenye nguvu sana.
chambo	-	kitu cha kuvulia samaki au kukamatia wanyama.
chanjari au sanjari		hali ya kushikamana kwa mapenzi.
chujuka	-	tokuwa na rangi ya afya.
daawa	-	mashtaka.
dhamana	-	kitu au pesa zinazowekwa kuonyesha imani ya ahadi.
dhana	-	wazo.
dhara	-	umivu, hasara.
dhibiti	-	jua.
dhihaka	-	mzaha, utani.
dhiki	-	taabu.
dua	-	lipo la mauaji.
dufu	-	hafifu, siyofaa.
duni	-	hafifu, a chini.
fadhili	-	wema, ukarimu.
faradhi	-	jambo lisiloepukana.
faraja	-	mambo ya kutuliza.
fariji	-	tuliza.
feruzi	-	kito cha rangi ya kijivu kitokacho katika

tumbo la nyangumi.

fifilika - sikitika na kukata tamaa.
futika - ficha kibindoni.
hamaya - nguvu ya utawala.
haramisha - fanya haramu.
idhini - ruhusa.
idilika - fanya juhudi au bidii.
ijara - ujira, pato baada ya kutimiza kazi.
ikibali - ukubali.
ila - hitilafu.
kafara - sadaka ya kuombea upendeleo au haja.
kakasi - enye kukausha meno baada ya kunywewa au kuliwa.
kano - nyuzi ngumu zilizo mwishoni mwa minofu.
keketa meno - kusaga meno.
kidhi - timiza
kielezo - mtindo au ramani ya ujenzi.
kigugumizi - sauti ya kubabaika.
kite - kilio cha uchungu, uchungu wa moyo.
koja - pambo la kuvaa shingoni au mkononi.
kombe - chombo kilichoandikwa maneno kutoka Kurani kikasafishwa kwa maji na maji hayo yakanywewa kama dawa.
kula bia - kuchangia chakula na kukila pamoja
kumbuu - kanda, hazamu.
kuza - enye maungo mazuri na makubwa.
lebasi - mavazi.
lemewa - kuzidiwa na uzito wa kitu
lilah - hata kidogo.
mabawabu - walinda mlango.
mabohari - majumba ya kuwekea bidhaa.
magome - magamba ya mti.
makadhi - mahakimu, waamuzi.
makafara - uganga wa mtu au kumletea mateso.

maridhawa	-	tele, bila kipimo au kikomo.
matafiti	-	mambo yenye matatizo.
mawaa	-	madoa.
mazinguo	-	uganga wa kuondoa uchawi au maovu.
mbumbumbu	-	asiye na akili.
migando	-	mikono ya kaa isiyokunjika kwa urahisi.
misahafu	-	kurasa za Kurani.
mizungu	-	ujanja.
mnajimu	-	mwenye elimu ya nyota
mtatifu	-	mwenye kuchungua na kujua mambo.
mufti	-	bora, hodari.
mujarabu	-	dawa zilizokwisha jaribiwa na kuhakikisha kuwa zinaponya.
muradi	-	shauri, azimio.
mweledi	-	mjuzi wa jambo fulani.
mzizimo	-	ubaridi, bila uchangamfu.
nadhiri	-	ahadi inayopaswa kutimizwa.
nadra	-	mara chache.
najisi	-	uchafu, taka.
nasaba	-	ukoo.
ngwadu	-	enye uchachu.
nuksika	-	patikana na bahati mbaya.
nyaraka	-	barua.
parukashani	-	hali ya kupuuza jambo?
paruza	-	kwaruza.
patilizwa	-	pewa kama mtu mwingine.
pulia	-	ondoa majani kwenye tawi kwa kuvuta kati ya vidole viwili.
ramli	-	bahatisho la yaliyopita na yajayo
rika	-	kundi la watu wenye umri mmoja.
safihi	-	jeuri.
sakifiwa	-	wekewa msingi imara
sandarusi	-	utomvu wa msandarusi unaotengenezwa gundi.

sapwa	-	ondoshewa mifugo yote
shehena	-	mizigo ya bidhaa iliyopakiwa
simanzi	-	huzuni, majonzi.
staafu	-	badilisha maoni.
sudi	-	bahati.
sujudia	-	abudu.
suluhisha	-	patanisha.
tahayari	-	aibika.
tahini	-	kutoa mtihani.
takaso	-	hali ya kuwa safi.
talii	-	chungua.
tangaa	-	enea.
tekeleza	-	timiza.
teta	-	zuia.
tiba	-	dawa.
timu	-	fika.
tuhumu	-	dhani, shuku.
tupa	-	chombo cha kunolea au kuchua.
tuzo	-	zawadi.
ubazazi	-	uchuuzi.
udhuru	-	sababu.
ugumba	-	hali ya mwanaume kutokuwa na uzazi.
ukosi	-	sehemu ya vazi inayozunguka shingo.
upakizi	-	namna ya kupakia
usanifu	-	ujuzi.
utasa	-	hali ya mwanamke kutokuwa na uzazi.
uteuzi	-	uchaguzi.
wahaini	-	wadanganyi.
wakia	-	sehemu moja kwa kumi na sita ya ratili moja.
yakini	-	hakika.
yakuti	-	kito cha rangi nyekundu.
yamkini	-	kwa hakika.
zabuni	-	mapatano ya bei.
zari	-	nyuzi za dhahabu za kufumia nguo.

zingirisha	-	zungusha
zumaridi	-	kito cha rangi majani-buluu.
zuzuka	-	jivuna kwa ujinga.

Maelezo ya Lugha

(ugumba umemeza heshima yangu
(utasa umetia vumbi fahari ya Malkia

- ugumba (utasa) umepunguza heshima yangu (ya Malkia).

afya ya mtoto wa Mfalme ilikaliwa na kazi

- kazi iliizidi afya hata mtoto wa Mfalme akaugua.

alijiweka chini ya miguu yao

- alinyenyekea.

asili yangu yote itakuwa kama imefagiwa hapa duniani

- ukoo wangu utakuwa kama umefutwa hapa duniani.

atashindwa kunyanyua kichwa chake

- ataona aibu.

chini ya bendera yangu

- chini ya utawala wangu.

damu ina harufu mbaya

- damu ina laana mbaya.

habari hiyo iliota mbawa

- habari hiyo ilizidi kusambaa.

habari ya sheria iliyotaka ustadi wa kuogelea

- utaalamu wa sheria uliotaka uhodari wa kufikiri.

hasira ya Mfalme ...... itakuwa juu yake pasipo huruma

- kutokana na hasira ya Mfalme mtu ataadhibiwa bila msamaha.

hawakupoteza uzi hata mmoja

- walishikilia wazo lilelile la busara.

hotuba ... imekokotwa ... katika tope

- hotuba imedharauliwa kabisa.

ilifungua mlango wa fikira ngeni katika ubongo wako

- ilimletea mawazo mapya akilini mwake.

kuchukuana vyema na watu

- kuhusiana na kushirikiana vyema na watu.

kufanya mvuto mbele ya macho ya watu

- kutimiza wanalolitaka watu

kulikariri kwa moyo

- kulitaja mara kwa mara mpaka walijue moyoni.

kutu huharibu chombo kisichotumika

- uvivu huharibu ubongo usiotumika.

kwa kujikokota

- kwa shida.

kwake lilikuwa jambo la kuambaa nyayo elfu moja.

- jambo hili lilikuwa haliingii mawazoni mwake hata kidogo.

matumaini ... karibu yatapondwa chini

- matumaini ... karibu yatateketea.

mganga ye yote achaguaye mbele kweli

- mganga yeyote anayetibu kwa halali akijua yajayo.

mjeledi wa maneno ya mjinga ulikata mtai

- udadisi wa maneno ya mjinga ulionesha dosari.

mtu hugazagaza

- mtu husitasita

mwenye haya hazai

- mwenye kushindwa kuwaeleza wenzie shida yake hawezi kusaidiwa.

na yeye anakiliwe

- na yeye aandikwe katika orodha ya watu mashuhuri.

nafuu ilichelewa kufika

- mwana Mfalme hakupata kupona.

nahofu kusaidia dhara ya afya

- naogopa kushiriki katika kudhuru afya.

nchi yao ilipokuwa ikishika mipini ya uongozi

- nchi yao ilipokuwa ya kwanza katika uongozi.

neno likitatiza

- neno likitatanisha.

nusu .....ilipinga kwa jino na kucha

- nusu ... ilipinga kabisa.

nyumba ya mgumba haina matanga

- mtu akifa bila kuzaa hakuna atakayekaa matanga halisi.

sasa usishike tama

- sasa usisikitike.

shida ...... zilikuwa ng'ambo ya uoni wao

- hawakuzijua wala hawakuzitambua shida.

siku ya uzazi wake

- siku atakapozaliwa.

wafuasi wake

- wataalamu.

waliangaza kama nyota

- sifa zao zilionekana wazi.

wangalipanguswa katika uso wa ardhi

- wangalitoweka katika ardhi.

watangulizi wangu

- wafalme walionitangulia kutawala Kufikirika.

watu watafungua milango yao

- watu watafahamu ubora wa elimu.

woga humpa adui mawindo mepesi

- woga humsaidia adui ashinde kwa urahisi.

Mazoezi ya Ufahamu

Utangulizi

1. Eleza, kwa ufupi, nchi yako imepakana na nchi gani. (2)
2. Ziko tofauti gani baina ya nchi yako na Kufikirika? (2)
3. Eleza tofauti zinazokushangaza kuhusu Wafikirika. (2)
4. Andika majina ya ncha zilizoachwa:

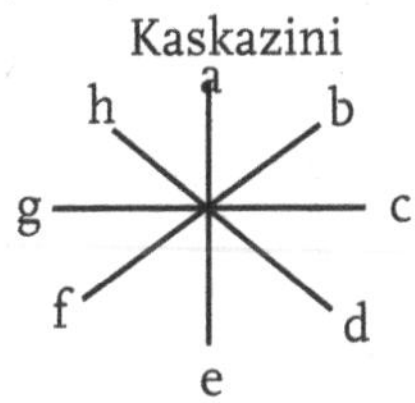

b.......................... c.............................. d............................
e.......................... f.............................. g............................
h..........................

I Mfalme

1. ...... lakini siku ile hali ya mambo ilifungua mlango wa fikira ngeni katika ubongo wake. Kwa nini mfalme kuwa katika hali hiyo? (2)
2. Mfalme alitamani sana mtoto kwa sababu

(i) alitaka kuwa na ukoo mkubwa

(ii) alitaka mtoto wa kurithi enzi yake

(iii) mfalme mwenye mtoto hupata nguvu zaidi katika milki yake.

(iv) alipenda kucheza na watoto (1)

3. Jambo la kuambaa nyayo elfu moja

(i) ni jambo linalowafika watu elfu.

(ii) ni jambo likubaliwalo na watu elfu.

(iii) ni jambo lisilokubalika

(iv) ni jambo alilolipenda sana Mfalme. (1)

4. Eleza sifa za mfalme huyu na milki aliyokuwa nayo. (2)

5. Andika neno au maneno mengine yenye maana sawasawa na:

5. a. kunitibu	b. ndoa (1)
6. a. kuzuru	b. kupiga mbiu (1)
7. a. simanzi	b. malipo ya kufanyiwa kazi (1)
8. a. mjuzi wa jambo fulani	b. tendo la kuita (1)

II Waganga

1. Ni jambo gani linalokujulisha kuwa Kufikirika ni nchi ya uadilifu? (2)

2. Taja maafa yaliyotokea katika nchi baada ya makundi yote kujaribu kumtibu.

Mfalme na Malkia? (2)

3. Eleza kwa ufupi, na kwa kutumia maneno yako, namna ya kufanya kombe. (2)

4. Lau umekuwa mgonjwa, ungemchagua mganga wa kundi gani ili akutibu? Eleza sababu za chaguo lako. (2)

5. Taja mambo ambayo hayaingii akilini katika sura hii. (2)

III Matokeo ya utabiri

1. Shida ilienea katika nchi ya Kufikirika kwa sababu
   (i) waganga walijaribu kila njia ya kumwuguza Mfalme.
   (ii) waganga walisapa neema yote iliyopatikana nchini.
   (iii) maradhi ya Mfalme na Malkia yalilazimu dawa zote.
   (iv) maradhi mengi huleta maangamizi namna hiyo. (2)
2. Kufikirika ilistawi tena mara nyingine kwa
   (i) bidii kubwa waliyokuwa nayo Wafikirika wote.
   (ii) sababu hiyo ndiyo iliyokuwa nia ya waganga baada ya kutimiza kazi zao.
   (iii) sababu Mfalme alikuwa na hima sana kuliko raia wake.
   (iv) sababu walisimamiwa na Mfalme mpaka ustawi huo ulipotokea. (2)
3. Eleza vitendo vya Wafikirika ambavyo vingekushawishi kuviiga. (2)
4. Ni mabadiliko gani yaliyotokea katika nchi baada ya bidii zao za kujitegemea? (2)
5. Andika neno au maneno yenye maana sawa na:
   (i) Juhudi ya kutoshindwa katika jambo na kuona aibu kwa sababu ya kushindwa.(1)
   (ii) Pambo la maua linalovaliwa shingoni. (1)

IV Mtoto wa mfalme

1. Ni mambo gani yanayomfanya mwana wa Mfalme tofauti na watoto wengine? (2)
2. 'Mwana Mfalme alizoea sana kukiinamia kitabu kama mwanasheria atafutae neno la kushinda katika daawa ...' Utamsifu vipi mtu.
   (i) aliyekonda sana – amekonda kama ... (1)
   (ii) mwepesi kama .... (1)
   (iii) mfupi kama .... (1)

(iv) ana miguu mirefu kama .... (1)

3. Eleza mpango alioufanya mwana Mfalme alipokuwa akisoma na baada ya masomo yake.

4. Katika Kufikirika kulikuwa na pingamizi gani katika masomo? (2)

5. 'Mwalimu alikuwa akimpoteza mwana Mfalme kwa mafunzo ya elimu ngeni'. Eleza waziwazi makosa ya mwalimu na ukweli wa maneno haya. (2)

6. Ni sababu gani zilizomfanya mwalimu hata akamfunza mwanafunzi wake elimu hizo? (2)

7. Andika sentensi zinazokujulisha kuwa mwalimu hakuogopa kabisa kujitetea.

(1 kwa kila sentensi)

8. Andika sentensi moja yenye kudokeza kuwa mwalimu na mwanafunzi walifanya majonzi wakati wa kuachana. (1)

9. Ni ajabu gani aliyokuwa nayo mwanafunzi iliyomshangaza mwalimu mpya? (1)

10. Andika maneno yaoneshayo kuwa mwalimu hakutaka kuungama umahiri wa mtoto. (1)

IV Kafara

Baraza

1. Nini maana ya 'cha shina kitamu, cha kati kitamu na cha ncha kitamu'? (2)

2. Kwa nini Mfalme kushawishika zaidi kumwaga damu ya raia zake wawili kuliko kumwacha mwanawe kuchukuliwa na mauti? (2)

3. Eleza maoni yako juu ya maneno haya:

'kafara la damu ya mtu ni jambo dogo, si kubwa la kumfadhaisha Mfalme.' (2)

4. Kwa kutumia maneno yako mwenyewe, taja sifa za Mkuu

wa Baraza. (2)

5. Kama ulikuwa mmoja wa Washauri wa Serikali ya Kufikirika, ungalihiari kuwa na sifa ya yupi mmojawapo? Eleza sababu zako.

6. Nikisema kuwa fulani hajui shina wala ncha ya jambo nitakuwa nimekusudia nini? (2)

Eleza kwa ufupi hoja zilizotolewa na Washauri wa Serikali kupinga shauri la kuhalalisha kafara la kuua watu wawili. (3)

Gereza

1. Je, wafikiri namna ya kuchagua mwerevu na mjinga ilikuwa sawa? Wewe ungefanyaje ili kuhakikisha kuwa umepata watu wawili wa aina hiyo? (3)

2. Eleza hoja zilizotolewa na mjinga kuonyesha ushujaa na uhodari wake. (3)

3. Kwa nini mwandishi kuandika hivi, "mjinga amekwisha tumbukia katika bahari ya sheri iliyotaka ustadi wa kuogelea'?

4. Andika sentensi moja ikuoneshayo kuwa 'mjinga' alikuwa si mjinga kama alivyodhaniwa. (2)

5. Kwa nini Mfalme kumsifu Utubusara Ujingahasara kuwa ni fahari ya Kufikirika? (3)

6. Jambo gani lilimfanya mwana Mfalme kumsikitikia Utubusara Ujingahasara? (3).

www.ingramcontent.com/pod-product-compliance
Ingram Content Group UK Ltd.
Pitfield, Milton Keynes, MK11 3LW, UK
UKHW010006031026
15589UKWH00008B/1478

9 789976 083583